शतकाचा संधिकाल

दिलीप पुरुषोत्तम चित्रे यांचे इतर प्रकाशित साहित्य

कवितासंग्रह
कविता
कवितेनंतरच्या कविता
एकूण कविता - १
एकूण कविता - २
एकूण कविता - ३
एकूण कविता - ४
एकूण कविता : दिलीप पुरुषोत्तम चित्रे यांची समग्र कविता
दहा बाय दहा
दिलीप चित्रे की कविताएँ
Travelling in A Cage (इंग्रजी कविता)

अनुवाद
An Anthology of Modern Marathi Poetry (Ed.)
Says Tuka

कथासंग्रह
ऑर्फियस

प्रवासवर्णन
शीबाराणीच्या शोधात

समीक्षा
पुन्हा तुकाराम

निबंध
तिरकस आणि चौकस
चाव्या
शतकाचा संधिकाल

नाटक
मिठू मिठू पोपट आणि सुतक

शतकाचा संधिकाल

दिलीप पुरुषोत्तम चित्रे

पॉप्युलर प्रकाशन, मुंबई

शतकाचा संधिकाल
(म -८०९)
पॉप्युलर प्रकाशन
ISBN 978-81-7185-651-0

SHATAKACHA SANDHIKAL
(Marathi : Essays)
Dilip Purushottam Chitre

पहिली आवृत्ती : १९९५ / १९१६
दुसरी आवृत्ती : २०२२ / १९४४

मुखपृष्ठ : मेहबूब शेख

प्रकाशक
अस्मिता मोहिते
पॉप्युलर प्रकाशन प्रा. लि.
३०१, महालक्ष्मी चेंबर्स
२२, भुलाभाई देसाई मार्ग
मुंबई ४०० ०२६

अक्षरजुळणी
स्वाती अमरे
२५९/३, निर्मल को-ऑप. सोसायटी
सेक्टर - २, चारकोप
कांदिवली (प.)
मुंबई ४०० ०६७

ज्येष्ठ मित्र आणि अनन्यसाधारण
पुस्तकप्रेमी, ज्यांना ही लेखमाला
अतिशय आवडली, त्या
घन:श्याम दळवी यांना!

परिवर्तनाचा प्रेषित

दैनिक 'सकाळ'मध्ये लेखमाला म्हणून पूर्वप्रसिद्धी लाभलेल्या 'शतकाचा संधिकाल' या द्रष्ट्या लघुनिबंधसंग्रहाच्या नवीन आवृत्तीची प्रस्तावना लिहिताना दिलीप चित्रे यांची उणीव मला राहून राहून जाणवत आहे. नव्या शतकाच्या उदयानंतर खुप काही आणि बरेचसे वाईट जे काही गेल्या दोन दशकांत घडले त्याचे स्पष्ट संकेत त्यांनी या लेखमालेत दिलेले दिसतात. ते आपल्या सोबत नाहीत ही खंत आहेच आणि त्यांनी मांडलेल्या तपशिलाशी तंतोतंत जुळणाऱ्या शतकाचा आरंभ झाला आहे हे खरेच खेदजनक आहे. हुकूमशाही सत्तेचे आक्रमण, सांप्रदायिक राष्ट्रवादाचा उदय आणि उपभोगवादी-भांडवलशाहीचा कळसाधिन प्रसार पाहून ते प्रक्षुब्ध झाले असते आणि नव्या शतकात – नव्या सहस्रकाच्या प्रारंभीच्या शतकात – माणुसकीचा जो ऱ्हास होता आहे त्याचा त्यांनी निश्चितच निषेध केला असता. त्यांच्यासारख्या सशक्त अभिव्यक्तीची आम्हाला पूर्वीपेक्षाही अधिक गरज आहे. परंतु ते आपल्यासोबत नाहीत ही वस्तुस्थिती आहे. त्यांच्या लघुनिबंधसंग्रहाचे पुनर्प्रकाशन हे अल्प समाधान आहे, परंतु दिलीप चित्रे नसतानाच्या या काळात आमच्यासाठी मोठा दिलासाही आहे. त्यामुळे या पुस्तकाच्या पुनर्प्रकाशनाचे मी स्वागत करतो.

सत्तरच्या दशकाच्या सुरुवातीला दिलीप चित्रे यांच्या कवितेशी माझा प्रथम परिचय झाला. त्यांची चिंतनशील निथक कविता 'पिसाटीचा बुरुज' ही मी वाचलेली त्यांची पहिली रचना. मी तोपर्यंत कविता म्हणून वाचलेल्या कोणत्याही रचनेपेक्षा ती संपूर्णपणे वेगळी होती. त्यांच्या व्यक्तिमत्त्वातील आंतरिक ऊर्जेचा मुक्त आणि उत्कट उद्गार! एकाच वेळी अगदी नवीन आणि तरीही कालातीत जुन्या अशा विलक्षण विश्वात घेऊन जाणारा. त्यानंतर त्यांचे मिळेल ते प्रकाशित साहित्य मी वाचत राहिलो. मग, एका दशकानंतर त्यांचा 'वॉकिंग इन अ केज' हा इंग्रजी संग्रह वाचनात आला. त्यातल्या 'द लास्ट राइड टुगेदर' ने मला झपाटून टाकले. मी त्यांना मराठीतील एक प्रतिभावान समकालीन कवी मानत असल्याने, त्यांना इंग्रजी कवी म्हणून तत्क्षणी स्वीकारणे माझ्यासाठी थोडे जड गेले, हे मी प्रांजळपणे कबूल करतो. अशीच अडचण

मला कोलटकरांच्या बाबतही आली. मी त्यांची इंग्रजीतील 'जेजुरी' त्यांच्या मराठी कविता वाचण्याआधी वाचली होती. आणखी एक दशक उजाडल्यानंतर दिलीप पुरुषोत्तम चित्रे यांना प्रत्यक्ष भेटण्याची संधी मला मिळाली मुंबईतील एका साहित्यिक परिसंवादात.

आपल्या मंत्रमुग्ध करणाऱ्या संभाषणामध्ये कोणालाही सामील करून घेण्याच्या त्यांच्या विलक्षण कौशल्याने मी मोहित झालो नसतो तरच नवल होते. काही वर्षांनंतर, नेहरू सेंटरमधील एका परिषदेसाठी आम्ही एकत्र लंडनला गेलो. त्यामुळे माझी त्यांच्याशी असलेली जवळीक वाढली. मी माझी विद्यापीठाची नोकरी सोडून आदिवासींच्या भागात काम करण्याचा निर्णय घेतला तेव्हा दिलीप यांचा भक्कम आधार मला लाभला. काही व्याख्यानांचे आमंत्रण स्वीकारून त्यांनी बडोद्याचा दौरा केला आणि आम्ही आदिवासींच्या दुरवस्थेबाबत दीर्घ चर्चा केली. मला हे अनपेक्षित होत. आदिवासींच्या दारुण दुर्दशेची त्यांना असलेली समग्र जाण त्या चर्चेतून कळून आली. त्यांनी तेव्हा सांगितलेला एक अनुभव असा – एकदा त्यांना साखर कारखान्याच्या मालकावर चित्रपट निर्माण करण्याची जबाबदारी देण्यात आली होती. ('साखर सम्राट'ही भारतीय संज्ञा आहे). पावरा भिल्लांची वस्ती असलेल्या धुलियामधील ही घटना. उसाच्या चिपाडांमध्ये घेरलेले आदिवासींच्या उदास चेहऱ्यांचे लाँग शॉट्स चित्रपटामध्ये दाखवायचे दिलीप यांनी ठरवले. 'विकासा'चा हा अन्वयार्थ निर्मात्यांना आवडला नाही आणि चित्रपट अर्ध्यावर सोडून द्यावा लागला.

मी माझा थोडा वेळ लेखनकार्यासाठी देण्याचे ठरवल्यास ठराविक पगाराशिवाय निर्वाह करणे शक्य आहे, असा विश्वास त्यांनी मला दिला. त्यांनी स्वत: आपल्या लेखनातून मिळालेल्या तुटपुंज्या कमाईवर आयुष्याची बरीचशी वर्षे निभावून नेली होती.

दिलीप चित्रे यांना कधीच फारसे शांत निरामय जीवन लाभले नाही. सप्टेंबर १९३८ मध्ये, म्हणजेच दुसरे महायुद्ध सुरू होण्याच्या बरोबर एक वर्ष आधी जन्मलेल्या दिलीपचा सगळा जीवनप्रवास हा, न्याय म्हणजे काय, हे शोधण्यासाठी संघर्ष करणाऱ्या जगातच झाला. ते बहुतांशी जोखमीचे जिणे जगले. पण त्यांच्या आयुष्याचे शेवटचे दशक बहुधा सर्वाधिक यातनामय होते.

या दशकात वैयक्तिक दुःख, सांस्कृतिक अस्वस्थता आणि राजकीय घुस्मट त्यांच्या वाट्याला आली. नैराश्य आणि आजारपणानेही त्यांना गाठले. २००९ मध्ये त्यांचे अकाली निधन झाले. अभिव्यक्ती स्वातंत्र्य अबाधित ठेवण्यासाठी संघर्ष करणाऱ्या भारतातील लेखक आणि विचारवंतांसाठी ते आधारस्तंभ ठरले असते. दिलीप निर्भीड होते, ते उत्तम वक्ते होते, अन्यायग्रस्तांबद्दल त्यांना कळवळा होता आणि सत्तेसमोर सत्याची बाजू घेण्यास ते कधीही कचरले नाहीत.

अँब्युलन्स राइड (१९७२), *ट्रॅव्हलिंग इन अ केज* (१९८०), *द माउंटन* (१९९८), *नो-मून मंडे* (१९९८) आणि *अॅज इज, व्हेअर इज* (२००८) या संग्रहांमुळे भारतीय इंग्रजी साहित्याच्या वाचकांना ते परिचित आहेत. ज्ञानदेव - *अनुभवामृत*, तुकाराम - *सेज तुका* (१९९१), नामदेव ढसाळ - *पोएट ऑफ द अंडरग्राऊंड* (२००७), हेमंत दिवटे - *व्हायरस अलर्ट* (२००३) आणि १९४५ ते १९६५ या काळातली मराठी कविता - *अॅन अँथोलॉजी ऑफ मराठी पोएट्री* (१९६८) या त्यांच्या सुरेख अनुवादांसाठीही ते परिचित आहेत. *कविता* (१९६६), *ऑर्फियस* (१९६८), *शिबाराणीच्या शोधात* (१९६९), *कविते-नंतरच्या कविता* (१९७८), *दहा बाय दहा* (१९८३) आणि *एकूण कविता* (२०१०) हे संग्रहित कवितांचे तीन महत्त्वपूर्ण खंड यासारख्या अतिशय समृद्ध अशा लेखनासाठी मराठी साहित्यसृष्टीत ते परिचित आहेत. त्यांचे *मिठू मिठू पोपट* (१९८९) हे नाटक रंगभूमीवरही अवतरले. *चाव्या* (१९८३), *शतकांचा संधिकाल* (२००५), *तिरकस आणि चौकस* (२०१०) आणि *अगतिकांचे जगतिकीकरण* (२०१०) हे भारतीय अर्थव्यवस्थेच्या जागतिकीकरणामुळे फोफावलेल्या उपभोगवादी समाजाच्या आत्मनिष्ठ आणि स्वार्थी संस्कृतीवर घणाघाती टीका करणारे व बहुतांशी वृत्तपत्रीय स्तंभांसाठी लिहिलेल्या निबंधांचे संग्रह आहेत. चित्रे यांचे *पुन्हा तुकाराम* (१९९०) आणि *तुकोबाचे वैकुंठगमन* (२०१०) मधील तुकारामांचे आचारविचार आणि दुःख व्यथा यावरील अभ्यासपूर्ण विवेचन एकत्रितपणे वाचल्यास लक्षात येते की, विसाव्या शतकातील बदलत्या सांस्कृतिक आचारविचारांशी चित्रे यांची प्रतिबद्धता वरवरच्या नापसंतीतून नव्हे, तर सखोल मानवतावादाच्या गहन आधिभौतिक

चिंतनाने प्रेरित होती. त्यामुळे, मानवी मूल्यांच्या झपाट्याने होणाऱ्या ऱ्हासाचा अर्थ लावण्याचा प्रयत्न करणाऱ्या इतर भाषांमधील लेखकांच्या लेखनाशी दिलीपच्या लेखनाचे नाते जुळलेले दिसते, यात काही नवल नाही. चित्रे हे भारतीय कवींमध्ये बहुधा सर्वाधिक अनुवादीत झालेले कवी आहेत. त्यांचे लेखन केवळ हिंदी, गुजराती, मल्याळम आणि कन्नड या भारतीय भाषांमध्येच नव्हे तर जर्मन आणि फ्रेंचसारख्या युरोपियन भाषांमध्येही अनुवादाद्वारे पोहोचले आहे.

चित्रे यांनी कथाबाह्य गद्यलेखनही विपुल प्रमाणात केले. टी. एस. इलियटने म्हटले आहे की गद्य लेखन हे कवीला किमान माहीत असले पाहिजे. चित्रे हे उल्लेखनीय गद्य लेखक होते. जॉर्ज ऑरवेलच्या परखडपणाचा प्रत्यय त्यांच्या सामाजिक किंवा सांस्कृतिक विषयांवरील लेखनातून येतो. इथे एक निरीक्षण नोंदवावेसे वाटते, ते म्हणजे, विसाव्या शतकाच्या पूर्वार्धातील वृत्तपत्रीय लेखनामध्येच पुढील काळात लिहिल्या गेलेल्या मराठी गद्य लेखनाच्या शैलीची मुळे शोधता येतील. अलिखित औपचारिक चौकटीमध्ये हे लेखन आढळते, त्यापलीकडे जाऊन केलेल्या लेखनामध्ये भावनाशीलता, अशिष्ट भाषा, किंवा प्रादेशिक शैलींकडे घसरण झालेली दिसते. १९६० च्या दशकात लेखन सुरू करणाऱ्यांना या सगळ्यापासून मुक्त गद्यशैली सहज उपलब्ध नव्हती. चित्रे यांनी स्वत:ची गद्यशैली निर्माण केली, ती बोजड नाही किंवा सवंगही नाही.

या संग्रहातील लघुनिबंध विसाव्या शतकाच्या अखेरच्या दशकात लिहिले गेले. लेखमालेतील अखेरच्या भागामध्ये चित्रे यांनी स्पष्ट केल्याप्रमाणे, निस्तेजपणे अस्तंगत होणाऱ्या शतकाविषयी चिंतन करण्याची गरज त्यांना वाटली. डब्ल्यू.बी. यीट्स म्हणाले असते, "caste a cold eye, horseman pass by." परंतु, श्वापदाप्रमाणे येऊ घातलेल्या एकविसाव्या शतकाबाबतही दिलीप चित्रे अनोखी अंतर्दृष्टी प्रदान करतात. येणाऱ्या शतकातील सत्ताहीन लोकांवरील अत्याचारांविषयीची सतर्कता प्रत्येक निबंधातून व्यक्त झालेली दिसते. प्रत्येक निबंध 'विकासा'च्या वरकरणी देखाव्याखाली काय दडलंय त्याचे चिंतन करायला लावतो. तथापि ते विनाशाच्या संदेशवाहकाची भूमिका बजावत नाहीत. नव-उदारमतवादी अर्थव्यवस्था आणि अनियंत्रित भांडवलशाही

अखेरीस कोलमडून पडेल आणि जगात समाजवादी व्यवस्था उदयास येईल असे वारंवार भांडवलशाहीची मार्क्सवादी विवेकी दृष्टी अंगिकारुन, ते सुचवतात. त्यांच्या मते, अशा व्यवस्थेची निर्मिती कोणत्याही एका राष्ट्र–राज्याच्या यंत्रणेद्वारे किंवा कोणा एका खंडातून किंवा लोकांद्वारे न होता अनेक विचारवंत आणि कार्यकर्ते यांच्या भरीव योगदानातून, अनेक ठिकाणांहून, अनेक कृती आणि विचारांच्या रूपात उदयास येईल. सामाजिक परिवर्तनाची 'विराटरूपी' अशी ही दिव्यदृष्टी या निबंधांना एकसंध विचार प्रदान करते. हे निबंध प्रश्न उपस्थित करतात, आव्हान देतात, अस्वस्थ करतात, परंतु संधिकालाच्या दशकात एकध्रुवीय जगाच्या भवितव्याविषयी ते आशा आणि दिलासा देखील देतात. हे निबंध प्रथम प्रकाशित झाल्यानंतरच्या काळात अंधार अधिकच गडद झाला आहे. याच कारणास्तव, त्यामधील आशा आणि प्रकाशाच्या अंतर्दृष्टीची आपल्याला गरज आहे. मी त्यांचे पुन्हा एकदा स्वागत करतो.

धारवाड
१४ जुलै २०२२

गणेश देवी
(मराठी अनुवाद : ज्ञानदा आसोलकर)

अनुक्रमणिका

लोकसंख्यांची उलाढाल हेच वैशिष्ट्य

विसाव्या शतकाचं शेवटचं दशक आता सुरू झालंय. ही शतकं इसवी सनाची म्हणजे ख्रिस्ताच्या अवताराला शक मानून मोजलेली. आपल्याकडे आणि जगात इतरत्र वेगवेगळ्या शकगणना होत्या. त्या सगळ्या मागे पडून आता सगळ्या विश्वाने हेच पंचांग स्वीकारलंय.

म्हटलं तर रिक्षाच्या किंवा टॅक्सीच्या मीटरमध्ये आकडे बदलणं आणि दरसाल कॅलेंडर किंवा पंचांग बदलणं यांत फरक नाही. आपणहून त्याला कोणताही अर्थ नाही. तरीही दरवर्षी लोकांना ३१ डिसेंबरची मध्यरात्र म्हणजे जणू काय दैवी चमत्काराचा क्षण वाटतो. केशवसुतांनी जसे आपल्या कवितेत छू:मंतर केल्याप्रमाणे 'जुने जाऊ द्या मरणालागुनि' म्हटलं होतं, त्याप्रमाणे सर्वसाधारण माणूससुद्धा आवेशाने जुनं वर्ष गाडून टाकायला आणि नव्या वर्षाला मिठी मारायला तयार होतो.

साध्या दरवर्षी येणाऱ्या ३१ डिसेंबरला इतकं जादूसारखं महत्त्व, तर ३१ डिसेंबर १९९९ला केवढं मोठं महत्त्व असेल! त्या मध्यरात्री नुसतं जुनं शतक संपून नवं सुरू होणार आहे असं नाही, तर जुनं सहस्त्रक संपून नवं सहस्त्रक सुरू होणार आहे! जणू काय नव्या युगालाच सुरुवात होणार आहे. आमच्या लहानपणी 'विसावं शतका'चा अर्थ 'अत्याधुनिक', 'अतिप्रगत', 'अद्ययावत' असा घेतला जायचा. एकोणिसाव्या शतकाला नाकं मुरडून त्याचा 'गेलं शतक' असा उल्लेख व्हायचा. आता तीच पाळी विसाव्या शतकावर आलेली आहे.

इतिहासाचं भान असणं ही सापेक्षत: नवीन गोष्ट आहे. किंबहुना दळणवळणाने पृथ्वीवरलं सगळं मानवी जग एकत्र आणलं आणि त्यानंतरच ठिकठिकाणी वेगवेगळ्या प्रकारे विकसित झालेल्या मानवसमूहांचा आपण मनुष्यजात म्हणून एकत्र विचार करू शकलो. ही गोष्ट फारच अलीकडची आहे. जगाच्या एकीकरणाची प्रक्रिया गेल्या पाचशे वर्षांत वेग घेऊ लागली असं म्हणता येईल. हे 'एकीकरण' म्हणजे संघर्ष, हिंसा, लूटमार, युद्ध, वसाहतवाद, वांशिक तेढ आणि पर्यावरणाचा बेदरकार संहार यांचाही इतिहास आहे. सातत्य आणि बदल ही दोन सूत्रं या इतिहासात आढळतात. कोणाची इच्छा असो वा नसो, पृथ्वीवरील मनुष्यसंख्या आता इतकी वाढली आहे की, ती वंश, वर्ण, जात, धर्म, भाषा अशा कप्प्यांमध्ये वेगळी ठेवायचा जे जे प्रयत्न करतील, ते ते इतिहासाच्या प्रक्रियेलाच विरोध करणारे ठरतील. या पुढच्या काळात मानवसमूहांचे संघर्ष जास्त जास्त तीव्र स्वरूप धारण करण्याचाही धोका आहे. जगाच्या प्रचंड लोकसंख्येतले वेगवेगळे थर उपजीविकेच्या शोधार्थ

स्थलांतर करत राहतील आणि लोकसंख्यांची उलाढाल हे एकविसाव्या शतकाचं सगळ्यात मोठं वैशिष्ट्य ठरेल.

आपल्या मराठी भाषकांचंच उदाहरण घ्या. विसावं शतक उजाडताना आपण मराठी भाषक एकूण सुमारे एक कोटीच्या आसपास होतो. तेव्हाच्या ब्रिटिश अमलाखालच्या भारतापैकी आजच्या स्वतंत्र आणि विभाजित भारताच्या भागात तेव्हा सुमारे पंधरा कोटी लोक होते. पुढे ते दर तीस वर्षांनी सुमारे दुप्पट होत होत आज नव्वद कोटींच्या घरात आले असताना आपण मराठी भाषक सुमारे पाच कोटी झालेले आहोत. जगाच्या एकूण मानवसंख्येत आपण एक टक्का आहोत.

विसाव्या शतकात मराठी भाषक वाढत्या प्रमाणात जगभर जाणं हे अपरिहार्य होतं. प्रथम हे मराठी भाषक भारतात ठिकठिकाणी विखुरले, तर गेल्या शतकापासूनच काही मॉरिशससारख्या परदेशात मोलमजुरीसाठी जाऊन स्थायिक झाले. या शतकात काही प्रथम पूर्व आफ्रिकेत, नंतर आफ्रिकेत इतरत्र गेले. मध्यपूर्व, पूर्व आशिया, आग्नेय आशिया, युरोप, उत्तर अमेरिका करत करत आता मराठी भाषक किंवा त्यांचे वंशज ऑस्ट्रेलिया-न्यूझीलंड आणि दक्षिण अमेरिकेपर्यंतही पोहचलेले आहेत.

थोड्याफार फरकाने हीच गोष्ट इतर मानवसमूहांच्या बाबतीत घडत आहे. जन्मभूमी हीच कर्मभूमी हे समीकरण आता शाश्वत मानता येणार नाही.

विसाव्या शतकात जगाच्या राजकीय भूगोलाची फार मोठ्या प्रमाणावर पुनर्रचना झाली. वसाहतवाद, साम्राज्यवाद, राष्ट्रसत्तावाद यांच्यापासून थेट महासत्ता आणि त्यांचे उपसत्तासमूह निर्माण होण्यापर्यंतच्या अवस्था आपण विसाव्या शतकात पाहिल्या. त्याचप्रमाणे विसाव्या शतकाचं हे शेवटचं दशक सुरू होतानाच आपण सोव्हिएत संघराज्य ही आतापावेतो बलाढ्य महासत्ता म्हणून जागतिक व्यवहारांवर प्रभाव टाकणारी राष्ट्रसत्ता अनपेक्षितपणे विकेंद्रित होऊ लागल्याची आश्चर्यकारक प्रक्रिया बघत आहोत. तितकंच आश्चर्यकारक असं पूर्व आणि पश्चिम जर्मनीचं पुनश्च एकीकरण आपण पाहिलं. सबंध युरोपचं एकीकरण या दशकात होणं अटळच आहे. मग ब्रिटिश बेटं त्यापासून वेगळी राहोत वा न राहोत.

एकीकडे हा प्रकार, तर दुसरीकडे आपण आपल्या भारतीय उपखंडाकडे पाहिलं तर काय दिसतं? खरंखुरं संघराज्य बनू न शकलेल्या भारताची अनेक सीमावर्ती राज्यं केंद्रीय राष्ट्रव्यवस्थेपासून फुटण्याच्या तयारीत आहेत. अगोदरचा पाकिस्तान फुटून पूर्व पाकिस्तानचा बांगलादेश होऊन गेलाच, पण अजूनही पाकिस्तानात सिंधी, बलुची, पंजाबी यांच्यात 'एकात्मता' कुठे आहे? श्रीलंकेत तमीळ-सिंहलींचा संघर्ष चालूच आहे. कोण म्हणू शकेल की 'राष्ट्रराज्या'ची संकल्पना एकविसाव्या शतकातही टिकून राहील? तिकडे युरोपात वर्षभरात एकाच पासपोर्टवर माणसं

निर्वेधपणे युरोपभर नागरिकत्वाचे फायदे उपभोगू शकतील, तर आपल्याकडे येत्या दशकभरात सबंध उपखंडाचा नकाशा पुन्हा पुन्हा बदलण्याची चिन्हं दिसताहेत.

धार्मिक मूलतत्त्ववादाची येणारी प्रचंड लाट हीदेखील शतकांच्या संधिकाली येणारी एक जागतिक आपत्ती मानावी लागेल. पश्चिम आशियातला इस्लामी मूलतत्त्वाग्रह असो किंवा भारतात प्रकटलेला 'हिंदू' मूलतत्त्वाग्रह असो, या एकाच विश्वव्यापी धर्मोंद्रिकाच्या बाजू आहेत. इराणमध्ये अयातुल्ला खोमेनींच्या हयातीत धार्मिक अतिरेकाने उच्चांक गाठला, तर लालकृष्ण अडवाणींच्या रथयात्रेने भारतीय हिंदूंमध्ये 'धार्मिक' अतिरेक्यांना खवळवून देशभर जातीय तणाव पसरवलेला आपण पाहतच आहोत. धर्मसत्ताक राष्ट्राच्या उभारणीचे हे प्रयत्न जगभर मोडकळीला आलेल्या राष्ट्र-राज्य संकल्पनेला टिकवण्याचेच प्रयत्न म्हणावे लागतील, पण त्यांचा परिणाम विपरीतच होणार आहे. रामजन्मभूमी मोहिमेचा एक दूरगामी दुष्परिणाम म्हणजे संघराज्य कल्पनेला भारतात गेलेले तडे. तथाकथित हिंदू राजकारण्यांनी सुरू केलेल्या या मोहिमा अखेर काश्मीर, पंजाब, नागालँड, अरुणाचल प्रदेश अशा राज्यांना तर तोडतीलच, पण आसाम आणि तामिळनाडूमधल्या सुप्त सावत्रपणाच्या भावनांनाही जाग आणतील. धार्मिक दुराग्रह, भाषिक दुराग्रह, जातीय दुराग्रह हे धार्मिक स्वातंत्र्य, भाषिक स्वायत्तता आणि जातीय समता यांच्यापासून वेगळे करता येणं आपल्याला विसाव्या शतकाच्या अखेरपर्यंत जमलेलं नाही.

निव्वळ वानगीखातर आपल्यापुढे शतकांच्या संधिकाली शिल्लक असलेले प्रश्न आपण पाहिले. असे प्रत्येक क्षेत्रात कितीतरी प्रश्न आहेत. मानवी श्रेयाच्या आणि कल्याणाच्या संदर्भात त्यातले प्रमुख प्रश्न आणि प्रक्रियांचे प्रवाह पाहण्याचा पुढे प्रयत्न करू.

दि. ६ जानेवारी १९९१

□□□

आत्मसंहाराचं शतक की...?

विसाव्या शतकात दोन भीषण महायुद्धं झालीच, पण शिवाय अनेक विभागीय किंवा स्थानिक युद्धं झाली. त्याचप्रमाणे या शतकात अनेक घोर यादवी युद्धं झाली. आपल्या देशाचा तर जन्मच रक्ताळलेल्या फाळणीने झाला. विसाव्या शतकाच्या उत्तरार्धात मानवी परस्पर संहाराने उच्चांक गाठला. या अर्धशतकात अण्वस्त्रांचा उपयोग, तोही निरपराध शहरी, नागरिकांचे बळी घेण्यासाठी करण्यात आला. या महायुद्धापाठोपाठ कोरियन युद्ध आणि इंडो-चायनातलं म्हणजे व्हिएतनामचं युद्ध झालं. त्यांपैकी व्हिएतनामचं युद्ध वर्षानुवर्षं चालत राहिलं आणि त्यात संहाराच्या नव्या तंत्रज्ञानाचे अनेक अमानुष प्रयोग केले गेले.

इस्त्राईल विरुद्ध अरब राष्ट्रं, भारत विरुद्ध पाकिस्तान, इराक विरुद्ध इराण असे संघर्ष वारंवार उचल खाणाऱ्या असाध्य रोगांप्रमाणे उसळत आहेतच.

या शतकाचा हिशेब मांडताना हिटलरप्रणीत नात्सी विचारसरणीचं समर्थन देऊन जर्मनीत आणि युरोपात अन्यत्र लाखो ज्यू वंशीयांची केलेली हत्या विसरता येत नाही. कम्युनिस्ट क्रांतीच्या संरक्षणाची सबब सांगून स्टॅलिनने सोव्हिएत युनियनमध्ये, तर माओ झेडोंगने चीनमध्ये असाच अपरिमित मनुष्यसंहार केला. दक्षिण आफ्रिकेत वंशभेदाच्या तत्त्वज्ञानाच्या नावे असेच असंख्य बळी घेतले गेले, तर आफ्रिका आणि दक्षिण अमेरिका या दोन खंडांतल्या हुकूमशहांनी लहान-मोठ्या प्रमाणात असाच अत्याचारी संहार चालू ठेवला.

विसाव्या शतकात सर्वत्रच गुन्हेगारी वाढत गेली; जास्त जास्त संघटित आणि आंतरराष्ट्रीय स्वरूप धारण करत गेली, हेही स्पष्टच दिसेल. विवाहसंस्था, कुटुंबसंस्था, वांशिक आणि आंतरजातीय परस्परसंबंध या सर्व नात्यागोत्यांमध्ये कमालीचे तणाव निर्माण होत गेले. आत्महत्या, खून, दंगली, जाळपोळ, लुटालुटी वगैरे हिंसेचे प्रकार वाढत गेले. वेड लागणं, व्यसनं जडणं हेही प्रकार वाढत गेले.

अतिरेकी दहशतवादी चळवळी, गनिमी काव्याने महानगरांमध्ये छापे घालणाऱ्या, मनुष्यवध करणाऱ्या, बॉंबस्फोट घडवणाऱ्या, घातपात करणाऱ्या टोळ्या या तर या अर्धशतकात जगभर माजत गेल्याच, पण अशाच टोळ्यांनी राजकीय पक्षांचे अंगरखे-मुखवटे घालून स्थानिक राजकारणातून थेट राष्ट्रीय आणि आंतरराष्ट्रीय राजकारणापर्यंत धुडगूस घालायला सुरुवात केली. हिंसाचार हा राजकारणाचा मूलाधार बनला.

विसाव्या शतकाने केलेली वैज्ञानिक आणि तांत्रिक प्रगती आणि विसाव्या

शतकात अत्याधुनिक तंत्रज्ञानाचा उपयोग करून हिंसाचार, घातपात, दहशत, धमक्या आणि दादागिरी यांनी सजलेली दंडेलशाही सत्ता स्थापण्याची वृत्ती यांची सांगड कशी घालायची?

मानवी जीवन हे विसाव्या शतकात चलनी नाण्याप्रमाणे खर्चलं गेलं. त्याला कोणतंही पवित्र मूल्य देण्यात आलं नाही. बहुराष्ट्रीय औषध कंपन्यांनी याच शतकात थॅलिडोमाईडसारखी घातक औषधं त्यांच्या संभाव्य दुष्परिणामांचा विचार न करता विकली. आजसुद्धा भारतासारख्या 'विकसनशील' देशात याच कंपन्या युरोप-अमेरिकेत ज्यावर बंदी आहे, अशी निषिद्ध 'औषधं' खपवत आहेत. लाचखाऊ किंवा निष्काळजी सरकार त्यांच्यावर कोणताही अंकुश ठेवत नाही. तीच गत 'खतं' आणि 'कीटकनाशकं' या नावाखाली जमिनीला, हवेला आणि पाण्याला जहर पाजणाऱ्या कंपन्यांची. याचीच परिणती भोपाळच्या वायु-दुर्घटनेसारख्या भीषण प्रसंगात होते, किंवा अणुशक्ती सुरक्षित आहे, असा निर्वाळा देणाऱ्यांवर चेर्नोबिलच्या दुर्घटनेचे स्पष्टीकरण देण्याचा प्रसंग येतो. आज जगात केवळ युद्ध, हत्या आणि हिंसाचार याच्या रूपात मनुष्यसंहार होतो आहे, असं नाही. रोजच्या अन्नातून, हवापाण्यातून, अपघाती दुर्घटनांमधून, तथाकथित विकासातून आणि सुधारणांमधून मानवी विनाशाची बीजं सर्रास सर्वत्र उधळली जात आहेत.

दिनांक ३१ डिसेंबरच्या 'दि टाइम्स ऑफ इंडिया' दैनिकाच्या मुंबई आवृत्तीत सतराव्या पानावर एक आठ कॉलमी वृत्तान्त छापलेला आहे. त्या पानाच्या शीर्षकभागीच तो छापलेला असला तरी वस्तुत: तो पहिल्या पानावर आठ कॉलमी मथळ्यासकट एखादं महायुद्ध सुरू झाल्याच्या बातमीइतका ठळक यायला हवा होता. ऑस्ट्रेलियात दरवर्षी दीड लाख लोकांना त्वचेचा कर्करोग होत असून त्यातले एक हजार दरवर्षी दगावत असतात अशी माहिती त्या बातमीत होती, पण जागतिक महत्त्वाचा आणि चिंताजनक असाही एक भाग त्या बातमीत होता. तो म्हणजे, दक्षिण ध्रुवावरील वातावरणात जो ओझोन वायूचा थर आहे, त्याला एक प्रचंड भगदाड पडलेलं आहे. हे भगदाड युनायटेड स्टेट्स एवढ्या मोठ्या आकाराचं असून त्याची खोली माउंट एव्हरेस्टच्या उंचीइतकी आहे. तसंच दक्षिण ऑस्ट्रेलियावरल्या वातावरणातील ओझोनचं प्रमाण ४.९ ते १०.६ टक्क्यांनी घटलं आहे. दक्षिण अक्षांश ४२ ते ५४ या पट्ट्यात याचे परिणाम जाणवत आहेत. पृथ्वीभोवतालच्या वातावरणात जो ओझोन वायूचा थर आहे, त्यामुळे सूर्यप्रकाशातील अतिनील असे अल्ट्रा व्हायोलेट किरण गाळले जातात. ओझोनच्या थराला खिंडार पडल्याने ते आता थेट पृथ्वीवर पडत आहेत आणि यामुळेच उन्हात वावरणाऱ्या दक्षिण ऑस्ट्रेलियन नागरिकांना त्वचेचा कॅन्सर होत आहे. ही कारणं एवढ्यावरच थांबत नाहीत.

ओझोनचा थर विरळ होण्याची कारणं मानवनिर्मित आहेत. क्लोरो-फ्लओरोकार्बन्ससारख्या मानवनिर्मित आणि मानवी औद्योगिक उपभोगवादी राहणीतून वापरात आलेल्या रसायनांचा हा परिणाम आहे. पृथ्वीचं पर्यावरण मानवी संस्कृतीच्या सध्याच्या अवस्थेमुळे नुसतं दूषितच झालेलं नाही, तर नष्ट व्हायला लागलेलं आहे याचाच हा पुरावा आहे.

सध्या इराक आणि अमेरिका यांच्यात युद्ध पेटेल की काय अशी हवा आहे. हे युद्ध झालं आणि समजा त्यामुळे कुवेतमधल्या आणि अन्य अरब राष्ट्रांतल्या तेलाच्या विहिरी पेटल्या तर काय होईल, याची कल्पना करा. तेलाच्या विहिरी पेटल्या तर त्या येत्या दशकभर जळत राहू शकतील, इतके प्रचंड तेलाचे साठे या भागात आहेत. त्यातून धुराचे जे प्रचंड लोट अविरत निर्माण होतील, ते वातावरण आच्छादून टाकतील. त्यामुळे पृथ्वीच्या पृष्ठभागाचं तापमान कमी होईल. मान्सूनचा पाऊस थांबून लागोपाठ कित्येक वर्षं अवर्षणाचा परिणाम भोगावा लागेल. थंडीची लाट येईल. जीवजंतू, वनस्पती, मासे, पक्षी, प्राणी, माणसं या सर्वांच्याच जीवनावर दूरगामी परिणाम करणारी परिस्थिती निर्माण होईल.

संभाव्य इराक-अमेरिका युद्धाचे दुष्परिणाम एवढ्यावरच मर्यादित नाहीत. या युद्धात अमेरिकेकरवी अण्वस्त्रांचा, तर इराककरवी रासायनिक आणि जैविक अस्त्रांचा उपयोग होऊ शकतो. असं झालं तर त्यांचा परिणाम फक्त पश्चिम आशियापुरता सीमित राहील, हे कशावरून? पर्यावरणाच्या संतुलनालाच यामुळे धोके आहेत आणि पृथ्वीच्या पर्यावरणाचा समतोल केव्हाही ढळू शकेल, अशी परिस्थिती तर 'शांततामय' मार्गांनीसुद्धा माणसाने स्वतःच निर्माण करून ठेवलेली आहे. मानवी आत्मसंहाराचं हे अव्याहत सत्र पाहिलं की विसाव्या शतकातल्या जीवनाच्या गुणवत्तेची काय किंमत करावी, याबाबत फारसा संदेह उरत नाही. वैज्ञानिक आणि तांत्रिक प्रगतीमुळे माणसाची नैतिक जाणीव प्रगल्भ बनतेच असं नाही, उलट 'माकडाच्या हाती कोलीत' आणि 'माणसाच्या हाती विज्ञान' यात फारसा फरक नाही. दोन्ही उत्क्रांतीचे अधुरे टप्पेच आहेत, असं मानावं लागतं.

माणसाची बौद्धिक गुर्मी, त्याची अहंकारी तर्कनिष्ठा, त्याचा आक्रमक बुद्धिप्रामाण्यवाद हे सर्व किती थिटे, कोते आणि संकुचित आहेत, याचा भरपूर पुरावा विसाव्या शतकातील विज्ञानानेच दिलेला आहे. जी सांस्कृतिक शालीनता खऱ्याखुऱ्या विज्ञाननिष्ठेतून यायला हवी ती विसाव्या शतकात अत्यंत अभावानेच तळपली. विसाव्या शतकात जरी मूलभूत निसर्गविज्ञानाच्या क्षेत्रात फार महत्त्वाचे शोध लागलेले असले, तरी विसाव्या शतकातील मानवजातीचं लक्ष राष्ट्रसत्ता-केंद्रित लष्करी महत्त्वाकांक्षा आणि चंगळवादी जीवनोपभोगावर आधारलेली जागतिक अर्थव्यवस्था यांच्यावरच केंद्रित झालेलं होतं.

थोडक्यात, सत्ता आणि इंद्रियसुखांचा उपभोग ही मूल्यं विसाव्या शतकात मानवी बुद्धीने शिरोधार्य मानली. त्यामुळे वैज्ञानिक संशोधनावर खर्च करताना अशा संशोधनांचे लष्करी फायदे किंवा उपभोग्य वस्तूंच्या निर्मितीतली वाढ एवढे दोनच निकष वापरले गेले. सोव्हिएत संघराज्यात झालेली तथाकथित समाजवादी क्रांती शतकाअखेरीस भ्रामक ठरली. चीनमधल्या माओवादी क्रांतीचाही अस्तच झाला. नैतिकदृष्ट्या पाहिलं तर भारतात गांधीवादाचाही पराभवच झाला.

विसाव्या शतकाचा विचार करताना ही गोष्ट प्रकर्षाने ध्यानात येते की, इतिहासात प्रथमच या शतकात विविध खंडांमधल्या विविध मानवी परंपरा आणि केवळ चार शतकांचा इतिहास असलेले आधुनिक विज्ञान यांची एकत्र घुसळण झाली. या घुसळणीत वंशसंघर्ष, धर्मसंघर्ष, व्यवहारसंघर्ष, मूल्यसंघर्ष आणि संकल्पनासंघर्ष अटळ होते. मानवतेचा वैश्विक संदर्भातला विचार जरी विसाव्या शतकात रूढ होऊ शकला नाही, तरी पृथ्वी हा एक अखंड प्रदेश आहे आणि मानव हा एकच वंश आहे, याची अंधूक जाणीव सर्वांनाच होऊ लागली.

दि. १३ जानेवारी १९९१

□□□

सर्वनाशाच्या सावलीत

विसाव्या शतकाला आत्मसंहाराचं शतक म्हटलं ती अतिशयोक्ती होती, असं कोणी म्हणेल. माणसांनी एकमेकांचा आणि पर्यायाने मनुष्यजातीचाच संहार करावा, हे कित्येक माणसांना आजही स्वाभाविक आणि अपरिहार्य वाटतं. यातच विसाव्या शतकाचा पराभव आहे. मानवतेमधील मूलभूत एकरूपता आजही लोकांना ओळखायला कठीण जाते. पश्चिम आशियात इस्लामी मूलधर्माग्रहाची लाट आली; भारतात 'हिंदुत्वा'चा पुन्हा शोध लागला. हे चालूच आहे. युरोपात ज्यूंचं शिरकाण झालं, पण एव्हाना इतर लोकांना त्याचा विसर पडला आहे. हिरोशिमा आणि नागासाकीनंतर समग्र मानवजातीने अण्वस्त्रांचा निषेध करायला हरकत नव्हती, पण उलट त्यानंतर जी शस्त्रास्त्रस्पर्धा सुरू झाली, तिच्यातून संपूर्ण पृथ्वी एकदा नव्हे तर अनेकदा बेचिराख करता येईल, इतका शस्त्रास्त्रांचा साठा जगात तयार झाला आहे. त्यात अण्वस्त्रं आहेत, त्याचप्रमाणे रासायनिक आणि जैविक अस्त्रंसुद्धा आहेत, त्याखेरीज 'सर्वसामान्य' शस्त्रास्त्रंसुद्धा प्रचंड प्रमाणात निर्माण केली जात आहेत. दरवर्षी संशोधनाद्वारा त्यात सुधारणा करण्यात येत आहे. माणसाने इतर माणसांना मारण्यास नवी नवी शस्त्रास्त्रं शोधण्यासाठी उपाशीपोटी राहून इतका प्रचंड खर्च करावा, याचा अर्थ मनुष्य हा निश्चितच धोकादायक प्राणी असला पाहिजे. माणूस हा घातक, हिंस्र, दगाबाज, बेभरवशाचा आणि जीवनद्वेष्टा पशू आहे, याबाबत माणसाचंच नव्हे तर जीवमात्राचं एकमत व्हावं, इतपत पुरावा विसाव्या शतकात तयार झालेला आहे.

मानवी हिंसकपणावर आधारलेल्या चित्रपटांना तुफान गर्दी होते. माणसांनी केलेल्या मारामाऱ्या, खून, जाळपोळी, लुटालुटी, बलात्कार इतर माणसांना मनोरंजक आणि प्रेरणादायक वाटतात. युद्धं आणि महायुद्धं माणसांना वारंवार आकर्षित करतात. मानवाचा 'शत्रू' मानवरूपात पाहणंच माणसं जास्त पसंत करताना दिसतात. माणसांचे 'नायक' शारीरिक बळाचा हिंसक, विध्वंसक, अत्याचारी, बलात्कारी उपयोग करणारेच जास्त असतात. 'बळ', 'सत्ता', 'शक्ती', 'ताकद' या शब्दांत सर्वांना मोठी जादू आढळते. कित्येकांच्या दृष्टीने 'पुरुषत्व' म्हणजे बलात्कार करण्याची क्षमता आणि अधिकार, दंडेली करण्याची ताकद. पशुत्व आणि मनुष्यत्व यांच्यातल्या सीमारेषा विसाव्या शतकातसुद्धा अस्पष्टच राहिलेल्या आहेत.

आक्रमणाची प्रवृत्ती माणसात स्वाभाविक आणि मूलभूत असो किंवा नसो, इतर

माणसांचा संशय घेणं, त्याच्यापासून स्वत:ला जपणं या गोष्टींचं शिक्षण माणसं लहानपणापासून आपल्या मुलांना देत असतात. विश्वास आणि सहकार्य यांचं शिक्षण त्यामानाने मर्यादित आणि संकुचित प्रमाणात असतं. 'आपण' आणि 'ते', किंवा 'इतर' हा फरक अत्यंत संस्कारक्षम वयापासून मनावर ठसवला जातो. पुढे जातीय, धार्मिक, सांस्कृतिक, वांशिक, सांप्रदायिक, राष्ट्रीयत्वावर आधारलेले असे नाना भेद आपण मूलभूत मानवी भेद मानून मनुष्यहत्येला तयार होत असतो. मानवतेची विज्ञाननिष्ठ संकल्पना आजही जगात कुठेच व्यापक प्रमाणात रुजलेली दिसत नाही. एकेकाळी भारतात जैन आणि बुद्धदर्शनांमध्ये मानवतेची जी नैतिक संकल्पना केली गेली होती, ती वस्तुत: विज्ञाननिष्ठ कसोट्यांवर टिकणाऱ्या विवेकाला जवळची आहे, पण हिंसेचा सर्वस्वी त्याग करणं; विकारांचा प्रादुर्भावच होऊ न देणं; दु:खाची आणि कष्टाची सवय करून घेऊन अत्यंत अलिप्तपणे आणि नि:स्पृहपणे जगणं आपल्याला शक्य नाही. सर्व प्राणिसृष्टीप्रमाणेच माणसांची जातसुद्धा काही मूलभूत निसर्गसूत्रांना अनुसरत असते. या सूत्रांमध्ये विविधता आहे आणि त्यांचा 'कार्यक्रम' खुला आहे; लवचीक आहे; पूर्णपणे पूर्वनियोजित नाही. परस्परांवर क्रिया-प्रतिक्रिया करणं; एकमेकांना छेद देणं किंवा पुष्टी देणं; एकूण जीवनव्यवस्थेच्या बदलत्या संतुलनात स्वत:चं सातत्य टिकवणं; त्यासाठी स्वत:च्या स्वरूपात आणि कार्यक्रमात आवश्यक ते बदल करणं ही एकूण जीवसृष्टीतच दिसणारी सूत्रं आहेत. मानवी समाजात आणि माणसाच्या वर्चस्वाखाली आलेल्या पृथ्वीवर हीच सूत्रं मानवी माध्यमातून प्रकट होतात. पण माणसांमधली गुणसूत्रांची विविधता, त्यांचं 'आविष्कारस्वातंत्र्य' आणि त्यांच्यातला एकवाक्यतेचा अभाव, त्यांच्यातले निरंतर आणि तीव्र संघर्ष यांचा खोलवरचा संबंध असावा. मानवतेचं अंतिम हित कशात आहे; माणसांचं श्रेय आणि प्रेम काय असावं, याबाबत सतत मतभेद होत राहणं ही निसर्गाची रचना आहे. या दृष्टीने पाहिल्यास आतापर्यंतच्या इतिहासाने निर्माण केलेला समतोल हाच आपला वारसा आणि तो समतोल जर ढळलेला असला तर आपल्यापरीने तो पुन्हा साधण्याचा आटोकाट प्रयत्न करणं, हेच आपलं कर्तव्य.

पण आपल्या पूर्वजांच्या कित्येक निर्णयांमुळे निर्माण झालेल्या परिस्थितीला आपल्याला तोंड द्यावं लागत आहे. त्याचप्रमाणे आज आपण घेत असलेले निर्णय भावी पिढ्यांसाठी परिस्थिती निर्माण करणारे आहेत. आपली मुलंबाळं आणि नातवंडंही आपण त्यांच्यासाठी सोडून गेलेल्या जगात जगणार आहेत. आपण त्यांच्यासाठी धुमसणारं, भडकलेलं किंवा राखरांगोळी झालेलं जग मागे ठेवून जाऊ शकतो का?

विसाव्या शतकाचा उत्तरार्ध सुरू होण्यापूर्वीच हिरोशिमा आणि नागासाकीवर अणुबॉम्ब टाकले गेले होते, पण दुसरं महायुद्ध ज्या विश्वशांतीसाठी झालं होतं, असं म्हटलं जातं, ती आलीच नाही. महायुद्ध संपताच सोव्हिएत संघराज्य आणि अमेरिका यांची सत्तास्पर्धा सुरू झाली. हायड्रोजन बॉम्बचा शोध लावला गेला. पुढे रशियनांच्या हाती अण्वस्त्रांची निर्मिती करण्याची गुपितं पडली. नंतर या दोन महासत्तांपाठोपाठ इतरांनीही अण्वस्त्रं निर्माण करण्याचे प्रयत्न सुरू केले. फ्रान्स, चीन आणि आपला भारतसुद्धा अण्वस्त्रनिर्मितीच्या क्षमता असणाऱ्या मोजक्या राष्ट्रांच्या पंक्तीत जाऊन बसला.

विसाव्या शतकाच्या उत्तरार्धात आपल्या उपखंडात जातीय दंगलीत आणि फाळणीच्या संहारात जे बळी गेले आणि जे निर्वासित झाले, त्यांची संख्या महायुद्धाच्या मनुष्यहानीशी तुलना करता येईल इतकी मोठी आहे. महायुद्धात मारल्या गेलेल्या लोकांत सहसा निरपराध नागरिकांपेक्षा आघाडीवर लढणारे गणवेशातले सैनिक जास्त असतात. भारतातल्या शिरकाणात बहुसंख्य लोक निरपराध होते. पुढे पूर्व पाकिस्तानात यादवी युद्ध होऊन बांगलादेशाची निर्मिती होण्याच्या सुमारास असलंच शिरकाण झालं आणि नुकतंच श्रीलंकेमध्ये हेच चालू झालेलं आहे.

विसाव्या शतकात आफ्रिका आणि आशिया खंडांत काही मोठे दुष्काळ पडून अन्नपाण्याअभावी मोठ्या संख्येने माणसे बळी पडण्याचेही प्रकार घडलेले आहेत.

एका टोकाला या शतकात झालेली विज्ञान आणि तंत्रज्ञानातली प्रगती, तर दुसऱ्या टोकाला माणसानेच निर्माण केलेली मानवताविरोधी परिस्थिती हा विसाव्या शतकातला प्रमुख विरोधाभास आहे. या दोन टोकांचा मेळ घालता येत नाही. याचं मुख्य कारण हेच की विज्ञान आणि तंत्रज्ञान संपूर्णपणे वैज्ञानिकांच्या स्वेच्छेनुसार आणि ज्ञानलालसेतून निर्माण होत नसून त्यासाठी विद्यापीठांमध्ये, संशोधन संस्थांमध्ये आणि अन्यत्र उपकरणं, साधनं, मनुष्यबळ आणि खेळतं भांडवल मोठ्या प्रमाणात गुंतवावं लागतं. मोठमोठे उद्योग आपापल्या स्वार्थासाठी अशी गुंतवणूक करत असतात, तर लहान-मोठी सर्वच राष्ट्रं या बाबतीत आपापलं राष्ट्रीय धोरण अनुसरत असतात. सबंध मानवजातीचं कल्याण करणं आणि पृथ्वीच्या साधनसंपत्तीचा आणि पर्यावरणाचा उत्तम उपयोग आणि सांभाळ करणं, हे कोणत्याही उद्योगधंद्यांचं, व्यापाराचं किंवा राष्ट्राचं उद्दिष्ट असत नाही. त्यांची आपापली उद्दिष्टं स्वार्थी आणि आक्रमक असतात. इतकंच नव्हे, तर जगाच्या नैसर्गिक संपत्तीची आणि पर्यावरणाची नासाडी करण्याचं श्रेय लहान-मोठे उद्योगधंदे, व्यापार आणि राष्ट्राराष्ट्रांतील स्पर्धा यांच्याकडेच जातं. मुख्य म्हणजे उपलब्ध विज्ञानाचा आणि तंत्रज्ञानाचा कळत-नकळत पण सतत दुरुपयोग केल्यानेच आपण सबंध पृथ्वीवर नाशाची सावली ओढवून घेतलेली आहे.

पृथ्वीचा सर्वनाश करण्याची क्षमता आज काही राष्ट्रांमध्ये आहे. लहान राष्ट्रंसुद्धा ही प्रक्रिया सुरू करू शकतात. सर्वनाशाच्या सावलीतच विसाव्या शतकाच्या उत्तरार्धातील प्रत्येक व्यक्तीचा जन्म झालेला आहे आणि याची जाणीव थोड्याफार प्रमाणात सर्वत्र सर्व माणसांना झालेली आहे.

महायुद्ध किंवा पर्यावरणाची नासधूस याशिवाय आणखी एक सर्वनाशाचं कारण आहे आणि ते म्हणजे वाढती लोकसंख्या. सर्वसाधारणपणे दर तीस वर्षांनी जगाची लोकसंख्या दुप्पट होण्याचा प्रवाह चालू आहे. हा प्रवाह रोखणं, वळवणं किंवा आटोक्यात आणणं वैज्ञानिक दृष्टीने सहज शक्य असलं तरी मानवी स्वेच्छेच्या पातळीवर ते शक्य झालेलं नाही. आर्थिकदृष्ट्या प्रगत अशा अनेक देशांमध्ये लोकसंख्येची वाढ लोकांनी स्वेच्छेने शून्यावर किंवा शून्याच्याही खाली आणलेली आहे. तर गरीब देशांत लोकसंख्येची वाढ बेसुमार गतीने होत आहे.

गरिबीत जन्मलेल्या या मुलांमध्ये अल्पवयात मृत्यूचं प्रमाण जरी जास्त असलं तरी आधुनिक औषधोपचारांनी त्यातली अनेक मुलं रोगांपासून वाचतात. मात्र यांतली बहुसंख्य मुलं कुपोषणामुळे अशक्त किंवा खुरटी बनतात. खुरट्या वाढीच्या प्रजाजनांची संख्या गरीब देशांत सर्वात जास्त आहे. शिवाय या प्रजाजनांना फार लहान वयातच स्वत:च्या पोटापाण्यासाठी कमाई करणं भाग पडतं. त्यामुळे त्यांना धड शिक्षण मिळत नाही. याचा परिणाम लोकसंख्येचीच गुणवत्ता कमी होण्यात होतो आणि त्याचे परिणाम सार्वत्रिक असतात. आज भारतात जी लोकसंख्या आहे, तिची या शतकाच्या सुरुवातीच्या भारताच्या लोकसंख्येशी गुणात्मक तुलना करता येईल का? प्रत्यक्षात अशी तुलना करता येणं अवघड असलं, तरी तशी कल्पना करता येते की लोकसंख्येचा आकार आणि लोकसंख्येची गुणवत्ता यांचं नातं विपरीत आहे. भारतातली लोकसंख्येची सरासरी गुणवत्ता भराभर ढासळत आहे, असं अनेकांना अनेक पातळ्यांवर जाणवत आहे. एकूण 'विकसनशील' म्हटल्या जाणाऱ्या बहुतेक देशांमध्ये हीच परिस्थिती आहे. लोकसंख्येची गुणवत्ता कमी होणं, याचाच अर्थ ऐहिकच नव्हे, तर जैविक पातळीवरसुद्धा विषमता वाढणं. कमी गुणवत्तेचे नागरिक अखेर दास्य भोगतात, हे ऐतिहासिक सत्य आहे. जगात लोकसंख्येच्या दृष्टीने बलाढ्य भासणारा आपला देश गुणवत्तेच्या दृष्टीने अगदी तळागाळाचा आहे, ही वस्तुस्थिती आपण अनेक प्रकारे नाकारू पाहतो आहोत. पण आपल्या सामाजिक संस्था आणि व्यवस्था अपुऱ्या पडत आहेत आणि ढासळायला आल्या आहेत, हे शिक्षणाच्या उदाहरणाने दिसून येईल. आपल्याकडचा अभिजनवर्ग जुन्या काळच्या सरंजामदारांसारखा वागताना दिसतो, याचंही कारण यात आहे. दुबळ्या लोकसंख्येत बळ आणणं; गरीब लोकसंख्येचं जीवनमान वाढवणं; अशिक्षित लोकसंख्येला

शिक्षित बनवणं हे विसाव्या शतकाच्या अखेरीलाही आपले मुख्य कार्यक्रम ठरतात. या दृष्टीने पाहिलं तर अमेरिका, पश्चिम युरोप आणि जपान हे काही भारतीयांना भूलोकीचे स्वर्ग का वाटतात, हे सहज समजू शकतं. माणसाला मनुष्यत्वानेच भेडसवावं, अशा जगात आपण अजूनही वावरत आहोत.

दि. २० जानेवारी १९९१

□□□

इस्लामचा इतिहास, इराकचं भवितव्य

प्रेषित महंमदाने सुमारे चौदाशे वर्षांपूर्वी इस्लामची स्थापना केली ती आजच्या सौदी अरेबिया देशात. मदिना येथे प्रेषित महंमदाचं निर्वाण झाल्यानंतर. इस्लामच्या रक्षणाची आणि संवर्धनाची जबाबदारी त्यांच्या वारसांवर म्हणजे खलिफांवर येऊन पडली. मोठ्या उत्साहाने तरवारी परजून त्यांनी चार दिशांना इस्लामची सत्ता पसरवली. इसवी सनाच्या दहाव्या शतकापर्यंत खिलाफतीच्या अमलाखाली फार मोठा प्रदेश आला. पुढे अकराव्या शतकात पश्चिम युरोपातील ख्रिस्ती सैन्याने पॅलेस्टाईन या ख्रिस्ती लोकांना पवित्र प्रदेशाची मुस्लिमांकडून सोडवणूक करण्यासाठी धर्मयुद्धं सुरू केली. ही युद्धं पुढली दोन शतकं चालली आणि त्यांत युरोपीय ख्रिस्ती सैन्याचा पराभव झाला; पण या पराभवातून युरोपच्या पुढील प्रबोधनाची प्रक्रिया सुरू झाली. दरम्यान इस्लामी साम्राज्यातही दूरगामी बदल घडत गेले. सुरुवातीला इस्लामचा प्रेषित आणि पाईक हे दोन्ही भाषेने आणि वंशाने अरब होते. इस्लामांच्या पवित्र पुस्तकाची भाषा अरबीच आहे. आजही वंशाने अरब नसलेले मुस्लीम पवित्र पुस्तकांचे वाचन,पठण, मनन यांखातर अरबी भाषा शिकतात; मात्र पहिल्यापासूनच इस्लामचे खलिफ अरेबियाच्या बाहेरच राहिले. ओसाड अरेबियाच्या फक्त येमेन या प्रदेशात पुरेसा पाणीपुरवठा होता. बाकी सर्वत्र रखरखीत वाळवंट आणि खडकाळ पठार. खलिफांच्या राजधान्या अनुक्रमे दमिश्क (ऊर्फ सीरियातले दमास्कस शहर), बगदाद (आजची इराकची राजधानी) आणि काहिरा (इजिप्तची राजधानी कैरो) अशा बदलत गेल्या. पुढे मुस्लीम असलेल्या पण अरब नसलेल्या तुर्कस्तानच्या सुलतानाने आपणच इस्लामचा खलिफा आहोत, असा दावा केला. तो महाबलाढ्य बनला होता; पण अरेबिया आणि अरब प्रदेशांकडे त्याने दुर्लक्ष केले. अठराव्या शतकात नज्दच्या अमिराने अरेबियात वहाबी चळवळ सुरू केली. शरीयत किंवा कुराणातल्या कायद्यांनुसार मानवी व्यवहार चालावेत, असा मूलाग्रह धरणारी ही पहिली इस्लामी चळवळ. वहाबींनी मक्का आणि मदिना या पवित्र शहरांचा ताबा मिळवला तरी अखेर तुर्की सुलतानाने त्यांचा पराभव केला. मात्र नज्दच्या अमिराने आपली कडवी धर्माग्रहाची वहाबी चळवळ चालूच ठेवली आणि सुलतानाचं वर्चस्व मानलं नाही.

विसाव्या शतकाच्या सुरुवातीलाच पहिलं महायुद्ध भडकलं (१९१४). या युद्धात तुर्कस्तानने जर्मनीची बाजू घेतली. ही संधी साधून अरब ब्रिटिशांना सामील झालं. पवित्र शहरांचा संरक्षक अमीर हुसेन इब्न अली याने आपण हेजाझचा राजा

असल्याचं जाहीर केलं. त्याने ब्रिटन आणि फ्रान्सशी दोस्तीचा करार केला. त्याचे पुत्र फैजल आणि अब्दुल्ला, टी. ई. लॉरेन्स ऊर्फ लॉरेन्स ऑफ अरेबिया आणि स्वत: हुसेन इब्न अली यांनी दमास्कसवर चाल करून ते शहर जिंकलं. याप्रमाणे अरब प्रदेश हे तुर्की वर्चस्वापासून मुक्त झालं. हुसेन इब्न अलीचा एक पुत्र फैजल इराकचा, तर दुसरा पुत्र अब्दुल्ला जॉर्डनचा राजा झाला. दरम्यान नज्दच्या अमिराचा आणि वहाबी चळवळीच्या संस्थापकाचा वारस इब्न सऊद याने जरी पहिल्या महायुद्धात ब्रिटिशांची बाजू घेतली होती, तरी अरब बंडखोरांसह त्याने लष्करी कारवाईत भाग घेतला नाही. महायुद्धानंतर हेजाझचा राजा हुसेन इब्न अली याने आपण संपूर्ण अरेबियाचे राजे असल्याची घोषणा करताच इब्न सऊदने हेजाझवर चढाई केली आणि त्याच्या फौजांनी हुसेनचा पराभव केला. १९२६ मध्ये इब्न सऊदने स्वत:ला हेजाझचा राजा घोषित केलं आणि १९३२ मध्ये हेजाझचं 'सौदी अरेबिया' असं नामांतर करण्यात आलं. आज तेच नाव प्रचलित आहे.

१९३३ मध्ये अरेबियाच्या आखाती समुद्रकिनाऱ्यालगत तेलाचे प्रचंड साठे सापडले. एका अमेरिकन कंपनीला इब्न सऊदने या तेलखाणींच्या विकासाचं कंत्राट दिलं. तोवर हाज यात्रेकरूंकडून वसूल केलेल्या करांवर चालणारा हेजाझ अथवा सौदी अरेबियाचा आर्थिक गाडा आता पेट्रोलच्या पैशांवर भरधाव धावू लागला.

मराठी लेखक विलास सारंग यांनी ज्याचं कादंबरीमय वर्णन 'एन्कींच्या राज्यात' असं केलेलं आहे, तो प्राचीन काळापासून प्रसिद्ध मेसापोटेमियाचा प्रदेश म्हणजेच आजचा इराक. आशियातून युरोपात आणि आफ्रिकेत जाणारे खुष्कीचे व्यापारी मार्ग इराकमधूनच जातात. इराक म्हणजे जणू काही प्राचीन जगाची (अमेरिका आणि ऑस्ट्रेलिया हे 'नवे' खंड वगळता उरलेल्या दुनियेची) बेंबीच. सहा हजार वर्षांपूर्वी इथे सुमेरी संस्कृती उगवली आणि इथूनच पुढे बाबिलोनी, असुरी आणि इराणी संस्कृतींचा उदय झाला. तैग्रीस आणि युफ्रेटिस नद्यांच्या खोऱ्यांमध्ये मानवी संस्कृतीचा पाळणा हलू लागला, असं म्हणण्यात येतं. इराकच्या उत्तरेला तुर्कस्तान आहे. पूर्वेला इराण आहे. दक्षिणेला कुवेत आणि सौदी अरेबिया आहेत आणि पश्चिमेला जॉर्डन व सीरिया. इतका प्राचीन इतिहास असलेला हा प्रदेश आधुनिक काळात स्वतंत्र राष्ट्र-राजसत्ता बनला तो याच शतकात. १९३२ मध्ये पहिल्या महायुद्धापर्यंत इराकचा प्रदेश तुर्की साम्राज्यात तीन प्रांतांच्या रूपाने होता. तुर्कस्तानचा पराभव झाल्यावर इराक ब्रिटिशांच्या ताब्यात आला. पुढे हेजाझचा राजा हुसेन याचा मुलगा फैजल इराकचा राजा बनला. १९२७ मध्ये इराकमध्ये तेलाचे साठे सापडले. १९३२ मध्ये इराक लीग ऑफ नेशन्सचे सभासदराष्ट्र बनला. ब्रिटनशी नव्याने मैत्रीचा करार करून इराकने ब्रिटनला दोन विमानतळं ठेवण्यास परवानगी

दिली. दुसऱ्या महायुद्धात १९४१ मध्ये ब्रिटनपेक्षा जर्मनीचं पारडं जड दिसत असताना इराकमध्ये ब्रिटनविरोधी लष्करी बंडाळी झाली होती; पण ब्रिटिशांच्या साह्याने इराकी राजवटीने ती मोडून काढली. १९४३ मध्ये इराकने जर्मनीविरुद्ध युद्ध पुकारलं. १९५८ मध्ये काही काळ जॉर्डन आणि इराकने 'अरब फेडरेशन' अशी संयुक्त राष्ट्राची स्थापना केली; पण त्याच वर्षी इराकमध्ये राज्यक्रांती झाली. दुसरा फैजल राजा (पहिल्या फैजलचा नातू) मारला गेला. राजसत्ता स्थापण्यात आली. नंतर अलीकडच्या काळात सद्दाम हुसेन यांची लष्करी हुकूमशाही इराकमध्ये आलेली आहे. आणि इराणविरुद्ध तिने आरंभलेलं घनघोर युद्ध आठ वर्षांनंतर नुकतंच संपलं आहे. या युद्धात इराकची अर्थव्यवस्था ढासळायला आली होती. अशा परिस्थितीतच पश्चिम आशियातल्या सत्ता-पोकळीचा फायदा घेऊन सद्दाम हुसेन यांनी कुवेतवर आक्रमण केलं. पश्चिम आशियातले तेलाचे साठे, अरब आणि इस्लामी एकजूट आणि लष्करी सामर्थ्य यांच्या संयुक्त बळावर प्रादेशिक आणि जागतिक महासत्ता बनण्याची सद्दाम हुसेन यांच्या इराकची महत्त्वाकांक्षा आहे. या महत्त्वाकांक्षेच्या बुडाशी एक अपुरं मध्ययुगीन स्वप्न आहे. शतकाची अखेर होताना त्यातूनच युद्धाचा उद्रेक झालेला आहे.

दि. ३ फेब्रुवारी १९९१

□□□

नव्या विश्वव्यवस्थेच्या शोधात

विसाव्या शतकाच्या सुरुवातीला युरोपातल्या विकसित राष्ट्रांनी पृथ्वीवरच्या नैसर्गिक साधनसंपत्तीचा कबजा मिळावा म्हणून चढाओढ सुरू केलेली होती. त्यात औद्योगिक क्रांतीत अग्रेसर ठरलेला आणि ठिकठिकाणच्या बाजारपेठा काबीज करून आपल्या साम्राज्यवादाला आर्थिक समर्थन प्राप्त करून देणारा ग्रेट ब्रिटनसारखा देश अग्रेसर होता. ब्रिटिशांच्या अमेरिकन वसाहती बंड करून अठराव्या शतकात स्वतंत्र झाल्या. त्यामुळे अर्थातच उत्तर अमेरिकेतल्या साधनसंपत्तीचा ब्रिटिश व्यापार आणि उद्योगाशी असलेला संबंध आमूलाग्र बदलला. यापुढे ब्रिटिशांना आफ्रिका, आशिया आणि ऑस्ट्रेलियावर अवलंबून राहावे लागणार होते. यात आपला भारत फारच महत्त्वाची वसाहत होता. नैसर्गिक साधनसंपत्ती आणि बाजारपेठा या दोन्ही भारतात उपलब्ध होत्या. त्या काळी आपली लोकसंख्या दहा ते पंधरा कोटीच होती आणि तेव्हा भारतीय उपखंडाची राजकीय शकले झालेली नव्हती.

ब्रिटिशांप्रमाणेच फ्रेंच, डच, स्पॅनिश, जर्मन आणि इटालियन लोकांच्या जगात इतर खंडांमध्ये वसाहती होत्या, तर रशियाचं अखंड साम्राज्य युरोपपासून थेट आशियात पसरलेलं होतं. (एकोणिसाव्या शतकातच फ्रेंच विचारवंत अलेक्सीस द तोकव्हीय याने अमेरिका आणि रशिया हे दोन देश भवितव्यात महाबलाढ्य होतील, असं भाकीत केलं होतं. आकार, नैसर्गिक साधनसंपत्ती, भौगोलिक स्थान, मनुष्यबळ या सर्वांच्या मिश्रणातून ही बलाढ्यता पुढे निर्माण झाली. अमेरिकेने मुक्त उद्योग-साहसाची सामाजिक व्यवस्था अंगीकारली, तर सरंजामशाही रशियात प्रबोधनाचं मंथन होऊन क्रांतीनंतर कम्युनिस्ट प्रणालीचं नाव सांगणारी सत्ता-व्यवस्था प्रस्थापित झाली. पुढला इतिहास आपण पुढे पुन्हा पाहूच.

शिवाय उत्तर अमेरिकेत कॅनडासारखा मोठा भूखंड ब्रिटिश वसाहत होता. दक्षिण अमेरिकेत ब्राझीलसारखा देश १८२५ पासून स्वतंत्र झालेला होता. एकेकाळी पोर्तुगालची वसाहत असलेला आणि एरवी स्पॅनिश भाषा बोलणाऱ्या दक्षिण अमेरिकेतला हा एकमेव देश आकाराने, लोकसंख्येने तर प्रचंड आहेच; पण त्यात विपुल नैसर्गिक साधनसंपत्ती आहे.

प्रचंड आकाराच्या, मोठ्या लोकसंख्येच्या आणि विपुल नैसर्गिक साधनसंपत्ती असलेल्या देशांमध्ये तेव्हा आपला भारतीय उपखंडसुद्धा मोडत होता. मौर्य, गुप्त आणि मोगल साम्राज्यांच्या सद्दीमध्ये या उपखंडाचा बराचसा सलग भूभाग एकछत्री अमलाखाली असला तरी त्यात एकात्मता होतीच, असा दावा करता येत नाही.

भारतात अनेक समस्वभावी संस्कृती असल्या तरी वंश, भाषा, धर्म, रीतिरिवाज आणि अन्य सामाजिक व्यवस्थांमधल्या वैशिष्ट्यांमुळे त्यांची वेगवेगळी, आपापली ओळख स्पष्ट दिसून येते. या न्यायाने वस्तुत: तमीळ लोक आणि काश्मिरी लोक, नागा लोक, महाराष्ट्रीय लोक आणि उत्तर प्रदेशातले लोक यांच्यातले फरक युरोपातल्या ग्रीक आणि आयरिश, श्वेत रशियन आणि स्पॅनिश, जर्मन आणि फ्रेंच लोकांइतकेच ठळक आहेत. युरोपात हंगेरी आणि फिनलंडसारखे देशही आहेत; ज्यांची भाषासंस्कृती आणि वंश सर्वस्वी वेगळे असून त्यांचं इतर युरोपियनांशी तसं नातं नाही.

आज पश्चिम आशियात प्रचंड युद्ध पेटलेलं आहे. तिथे एक इस्त्राईल, एक तुर्कस्तान आणि एक इराण वगळल्यास बाकी सर्व आपल्याला भाषिक किंवा वांशिक अर्थाने अरब म्हणवतात. पुन्हा एकटा इस्त्राईल वगळल्यास ते सर्व धर्माने मुस्लीम आहेत. आफ्रिका, युरोप आणि आशिया एकमेकांना जिथे भिडले आहेत असा हा प्रदेश प्राचीन मानवी संस्कृतीचा बीजप्रदेश होता आणि इसवी सनाच्या दहाव्या शतकातल्या मुस्लीम खिलाफतीच्या छत्राखाली हा बहुतेक सर्व भूभाग एकाच अरब-इस्लामी महासत्तेत मोडत होता. बगदाद हे तेव्हा जगातलं सर्वात श्रीमंत शहर होतं. तीन खंडांचे व्यापारी महामार्ग या भागात एकत्र येत होते. प्राचीन आणि मध्ययुगीन सांस्कृतिक देवघेवींचं मुख्य 'जंक्शन' तिथेच होतं. आज इराकचे सद्दाम हुसेन अरबांच्या आणि मुस्लिमांच्या त्याच सांस्कृतिक स्मृती पुन्हा चेतवून त्यांचं राजकीय भांडवल बनवू पाहत आहेत. पण हे होण्याचं मुख्य कारण निराळंच आहे. गोर्बाचेव्ह यांच्या ग्लासनोस्त आणि पेरेस्त्रोईकाच्या धोरणांनी जगातला सत्तासमतोल ज्यांच्यावर आधारलेला होता अशा दोन परमसत्तांपैकी एकीची 'निवृत्ती' जाहीर केली. परिणामी सोव्हिएत महासंघातली अंतर्गत व्यवस्था तर सैरावैरा झालीच, पण पश्चिम आणि मध्य आशियात नव्यानेच सत्ता-पोकळी निर्माण झाली. या सत्ता-पोकळीत हातपाय पसरून महासत्ता बनवण्याची इराकी महत्त्वाकांक्षा सद्दाम हुसेन यांच्या रूपाने ठाकली आहे. मात्र सद्दाम हुसेन या महत्त्वाकांक्षेला सर्व अरबांच्या एकवटलेल्या सामर्थ्याचं म्हणजेच दहाव्या शतकातल्या मुस्लीम खिलाफतचं रूप देण्याची ईर्ष्या बाळगून आहेत. इस्लामी आणि अरब इतिहासाची ही पूर्वस्मृती आज एक हजार वर्षांनंतर खरोखरच लोकांना प्रेरणा देऊ शकेल का? की आजच्या जगात चालू असलेल्यां आधुनिक आणि नवीन प्रक्रिया आपल्याला निराळ्याच प्रकारच्या विश्वरचनेकडे नेत आहेत?

शतकाच्या शेवटच्या दशकात पेटलेलं हे युद्ध पेट्रोल, धर्म आणि वांशिक कलह यांच्या स्फोटक मिश्रणातून भडकलेलं आहे. नैसर्गिक संपत्ती, मानवी श्रद्धा आणि वंशनिरपेक्ष मानवतावाद यांचं भवितव्य या होळीत ठरणार आहे.

१९१४ आणि १९३९ मध्ये भडकलेल्या महायुद्धांचं मूळ कारण आपल्याला औद्योगिक क्रांतीने जगातल्या सत्ता-समतोलात निर्माण केलेल्या आर्थिक अस्थिरतेत सापडतं. जीवनोपभोगांच्या साधनांमधली आणि पद्धतींमधली विविधता आणि विषमता म्हणजेच मानवाची सांस्कृतिक बहुविधता, विज्ञान उद्योग आणि तंत्रज्ञानातली चढाओढ यांच्यामुळे पृथ्वीवरच्या नैसर्गिक साधनसंपत्तीसाठी मानवसमूहांचे संघर्ष होतात. व्यापार हा हे संघर्ष सोडवण्याचा एक शांततापूर्ण उपाय आहे, तर युद्ध हा हे संघर्ष संपवण्यासाठी हातघाईला येण्याचा निकराचा मार्ग आहे. युद्ध टाळणं माणसाला केव्हा शक्य होईल, याचं उत्तर संभवत: 'देवघेवीचे वाजवी भाव सर्वांना मान्य झाल्यावर' असंच असावं. कारण अखेर युद्ध आणि शांती यांचाही विचार माणूस करतो तो जमाखर्चाच्या तराजूतच आणि इतिहास म्हणजे तराजूचा काटा, निव्वळ हकिकतींची जंत्री नव्हे.

दि. १० फेब्रुवारी १९९१

□□□

सावधान! जगाचा नकाशा बदलतो आहे

विसाव्या शतकाच्या शेवटी युरोपचं एकीकरण होणार, असं जवळ जवळ निश्चित आहे. गोर्बाचेव्ह यांच्या धोरणांमुळे शीतयुद्ध संपून पूर्व आणि पश्चिम युरोपच्या एकीकरणाचा मार्ग मोकळा झाला. आपण जर युरोपचा गेल्या अडीच हजार वर्षांचा इतिहास पाहिला, तर सांस्कृतिक एकात्मता कशी उत्क्रांत होते, याचं एक उदाहरण आढळेल.

सोव्हिएत संघराज्याने आपल्या परम-सत्तापदाचा आपणहून त्याग केला, हा समाजवादी व्यवस्थेचा पराभव मानायचा; अतिकेंद्रित अधिकारशाहीच्या अपयशाचा पुरावा समजायचा; सार्वजनिक क्षेत्रातल्या संशोधनाचा आणि लष्करी उत्पादनाचा सापेक्ष लंगडेपणा मानायचा की सामान्य जनता विचारप्रणालीच्या नावावर फार काळ त्याग करावा लागला तर सरतेशेवटी निकरावर येते, याची कबुली मानायची? एवढी गोष्ट खरी की दुसऱ्या महायुद्धात जबरदस्त नुकसान आणि कळ सोसून त्यातून सावरलेल्या सोव्हिएत संघराज्याला स्टॅलिनच्या विश्वसाम्राज्यवादी धोरणांनी शीतयुद्धाच्या दुष्टचक्रात अडकवलं. स्टॅलिन गेला, पण स्टॅलिनवाद टिकून राहिला. स्टॅलिनवादी व्यवस्थापनाचं हितसंबंध बळकट राहिले. अण्वस्त्रं, क्षेपणास्त्रं, उपग्रह, अवकाशयानं, अतिजलद लढाऊ विमानं, बॉम्बफेकी विमानं, रासायनिक आणि जैविक अस्त्रं अशी नाना प्रकारची युद्धसामग्री निर्माण करत राहण्याची शर्यत सोव्हिएत संघराज्याला अमेरिकेशी करावी लागत होती. अमेरिकेइतका वैविध्यपूर्ण, व्यापक आणि विकसित उत्पादनाचा पाया सोव्हिएत संघराज्याकडे अगोदरच नव्हता. व्यापार, उद्योजन, उत्पादन आणि व्यवस्थापनात आंतरराष्ट्रीय पातळीवर उलाढाली करण्याचं कसब १९१७ पूर्वीच्या रशियन साम्राज्यात नव्हतं. राज्यक्रांतीनंतरही ते निर्माण होण्याची शक्यता नव्हती. पश्चिम युरोपचे आर्थिक व्यवहार रेनेसान्स काळापासून थेट औद्योगिक क्रांतीनंतरच्या नव्या उद्योगपर्वापर्यंत विकसित होत होते. झारिस्ट, लेनिनिस्ट, स्टॅलिनिस्ट आणि स्टॅलिनोत्तर रशियात ही परंपरा नव्हती आणि नाही. जणू काय या बाबतीत एकोणिसाव्या शतकातून थेट एकविसाव्या शतकात उडी मारण्याची पाळी रशियावर आलेली आहे. त्यातच सोव्हिएत व्यवस्थेत निर्माण झालेल्या नाना प्रकारच्या विषमतेमुळे जो असंतोष आलेला आहे, त्यामुळे संघराज्यातली अनेक राज्यं फुटू पाहण्याचा संभव आहे. संघराज्यात एकात्मता कधीच नव्हती. त्यातल्या सर्व दडपलेल्या दुखण्यांना आता जाग येत आहे. अर्थात पश्चिम युरोपच्या केवळ जवळ येऊन हे प्रश्न सुटणार नाहीत. कदाचित अमेरिकेच्या

आर्थिक आणि व्यवस्थापकीय मदतीने सोव्हिएत संघराज्य पुन्हा उभे राहू शकेल. दुसऱ्या महायुद्धानंतर जर्मनी आणि जपान यांचं जसं औद्योगिक आणि आर्थिक पुनरुत्थान झालं, तसं रशियाचं यापुढे होऊ शकेल. जपानसारख्या देशाचीही या बाबतीत मदत होण्याची शक्यता आहे.

येत्या शतकात एकात्म युरोपप्रमाणे एकात्म पूर्व आशियासुद्धा निर्माण होणं शक्य नाही. चीन, जपान आणि कोरिया यांचा एखादा प्रादेशिक महासंघ बनू शकतो; मात्र आग्नेय आणि दक्षिण आशियाबाबत असं म्हणता येणार नाही. भारतीय उपखंडात सध्या तरी संघराज्याच्या कल्पनेला तडे गेलेले आहेत. हा भाग पुढल्या शतकाच्या सुरुवातीला तरी अस्थिर राहील. तसंच पश्चिम आशियात सध्या सुरू असलेल्या युद्धाचा एक दूरगामी परिणाम हा भागसुद्धा अस्थिर राहण्यात होईल. इस्लामी मूलग्रह जास्त कडवा होणं आणि आधुनिकतेशी त्याचा संघर्ष होत राहणं अटळ दिसतं. भारतातही हिंदू मूलाग्रह, मुस्लीम मूलाग्रह आणि आधुनिकतावाद यांचा तिरंगी सामना चालूच राहणार, अशी चिन्हं आहेत. वाढत्या लोकसंख्येच्या लाटेखाली भारतीय उपखंडात सामाजिक व्यवस्था गुदमरून जातील. नोकरशाहीतली ठगगिरी आणि राजकीय वाटमारी आत्ताच्याच गतीने वाढत राहील. गुन्हेगारी वाढेल. महानगरांमधली गनिमी युद्धं वाढतील. दुसरीकडे बेदरकार चंगळवाद वाढतच जाईल. पर्यावरणाविषयी बेफिकिरी वाढेल. एड्‌ससारखे संबंधजन्य रोग पसरतील. अपघात, घातपात वाढतील.

आधुनिक जाणिवेच्या अभावी बहुसंख्य लोक धार्मिकतेच्या आणि अंधश्रद्धांच्या आश्रयाला जाण्याची शक्यता आहे. अतिरेकी चळवळींकडे तरुण पिढीतले काही लोक सतत ओढले जातील, तर उरलेले मादक पदार्थ, भुरटे गुन्हे, अवैध आणि अनैतिक व्यवहार यांच्याकडे आकर्षित होतील. बेकारीचं प्रमाण आणि बेकारांची संख्या कमी होण्याची किंवा अशिक्षितांचं प्रमाण आणि संख्या घटण्याचीही फारशी शक्यता नाही. नव्या इलेक्ट्रॉनिक माहिती-व्यवस्थांचा, संपर्क-साधनांचा आणि निवेदन-माध्यमांचा भारतीय शिक्षणव्यवस्थापनात उपयोग करून घेतला जाण्याची चिन्हं आज तरी दिसत नाहीत. येत्या शतकात इलेक्ट्रॉनिक उपकरणांमुळे श्रम-विभाजनात आणि उत्पादनव्यवस्थेत मोठी क्रांती होणार आहे. आज आपण त्या दृष्टीने काहीही तयारी करत नाही.

पृथ्वीचा राजकीय नकाशा इतिहासात कधीच स्थिर किंवा कायम राहिलेला नाही. उलट पृथ्वीची नैसर्गिक भौगोलिक परिस्थिती मानवी इतिहासाच्या मर्यादित काळात तरी फारशी बदललेली नाही. मानवी संस्कृतीचा पृथ्वीच्या पर्यावरणाच्या संतुलनावर परिणाम व्हायला लागला, तो मानवी लोकसंख्येची सापेक्षत: जलद वाढ होणं आणि

या वाढीमुळे प्रत्यक्षाप्रत्यक्ष रीतीने जीवसृष्टीतल्या इतर प्रजाती नष्ट होणं किंवा त्यांचं प्रमाण कमी-जास्त होणं, अशा स्वरूपात दिसतो. जंगलं तोडून माणसं त्या जागी शेती करतात, तेव्हा त्या जंगलाच्या अस्तित्वावर उपजीविका करणारे प्राणी, पक्षी, किडे, जंतू आणि आदिवासी माणसंसुद्धा निराधार होतात. त्यांची वाढ खुंटते, ते नष्ट होतात किंवा त्यांना परागंदा व्हावं लागतं. अशासारख्या मानवनिर्मित पर्यावरणबदलाच्या प्रक्रिया पृथ्वीवर गेली पाचएक हजार वर्षे वाढत्या प्रमाणात चालू आहेत. औद्योगिक क्रांतीनंतर त्या भराभरा वाढत राहिल्या आणि त्या शतकात त्यांनी गंभीर संकटाचं रूप धारण केलेलं आहे.

या शतकातली मानवी लोकसंख्येची स्थलांतरं पूर्वीच्या कोणत्याही काळापेक्षा मोठी आहेत. मुख्य म्हणजे नागरीकरणामुळे जगात शहरी आणि महानगरीय लोकसंख्या अतोनात वाढलेली आहे.

लोकसंख्येच्या स्थलांतराचा एक प्रकार जसा खेड्यातून शहराकडे जाणारा माणसांचा ओघ हा आहे, तसा दुसरा प्रकार म्हणजे मोठ्या प्रमाणावर माणसांचं देशांतर. उत्तर अमेरिका, युरोपचा पश्चिम भाग, ऑस्ट्रेलिया आणि पश्चिम आशियातले तेलाने समृद्ध पण कमी लोकसंख्येचे आखाती देश यांत या शतकात आलेले स्थलांतरित लाखोंच्या संख्येने स्थायिक झालेले आहेत. दोन शतकांपूर्वीच उत्तर अमेरिकेत युरोपातले लोक स्थलांतर करून येऊ लागलेच होते. गेल्या शतकात दक्षिण आफ्रिकेत आणि ऑस्ट्रेलियात असेच स्थलांतरित युरोपीय स्थायिक झाले. या शतकात आशियाई आणि दक्षिण अमेरिकन लोकांनी मोठ्या प्रमाणात स्थलांतर करणं हे या स्थलांतरांचं स्वरूप आहे. यामुळे पृथ्वीच्या राजकीय नकाशाचं स्वरूप आतून आणि नकळत बदलत जाणार आहे. वांशिक, जातीय, वर्णीय, भाषिक, धार्मिक आणि सांस्कृतिक तणावांच्या मुळाशी बऱ्याचदा अशी लोकसंख्येची स्थलांतरं असतात.

श्रीमंत जग आणि गरीब जग यांचा भूगोल वेगवेगळा करता येणं शक्य नाही. मानवतेचे तुकडे पडू शकतात आणि पडतातही; पण पृथ्वीचे तुकडे पाडता येणार नाहीत. तिच्या पर्यावरणावर आणि साधनसंपत्तीवर समान हक्क सांगण्याचा प्रयत्न तिचे गरीब नागरिक करत राहणारच. म्हणून पर्यावरणावर आधारलेला नवीन प्रकारचा समाजवाद एकविसाव्या शतकात उदयाला येण्याची गरज आणि शक्यता आहे.

दि. १७ फेब्रुवारी १९९१

□□□

आज जगात स्वराज्य कुठे आहे?

राष्ट्र-राज्य ही संकल्पना विसाव्या शतकात जगभर मान्य झाली. या शतकाच्या सुरुवातीला जगभर राजघराणी होती, राजे-राजवाडे होते. रक्तमय क्रांतीमुळे किंवा शांततामय मार्गांनी, युद्धांमुळे आणि तहांमुळे त्यांपैकी बहुतेकांची सिंहासने मोडीत निघाली. मुक्त व्यवहारवादी लोकशाही, समाजवादी गणराज्ये, विशिष्ट पक्षाची किंवा गटाची अधिकारशाही, व्यक्तिकेंद्रित हुकूमशाही, लष्करशाही अशा नाना व्यवस्थांचा प्रयोग झाला आणि चालू आहे.

आंतरराष्ट्रीय कलह आणि संघर्ष सामोपचाराने मिटवण्यासाठी पहिल्या महायुद्धानंतर 'लीग ऑफ नेशन्स' ही आंतरराष्ट्रीय पंचायत स्थापण्यात आली. अमेरिकेचे तत्कालीन अध्यक्ष वुड्रो विल्सन, ग्रेट ब्रिटनचे लॉर्ड रॉबर्ट सेसिल आणि दक्षिण आफ्रिकेचे जनरल स्मट्स यांनी सभासदत्वाची तत्त्वे, सभासदांचे हक्क आणि जबाबदाऱ्या, सभासंचालनाचे नियम, आंतरराष्ट्रीय वाद-प्रतिवादांचा न्याय करण्याची पद्धत वगैरे ठरवण्यात पुढाकार घेतला.

'लीग ऑफ नेशन्स'ची स्थापना स्वित्झर्लंडमध्ये जीनिव्हा येथे १० जानेवारी १९२० रोजी झाली. पहिले महायुद्ध संपल्यावर शांततेचा जो करारनामा व्हर्साय, फ्रान्स येथे झाला, त्याच्या पहिल्या भागात 'लीग ऑफ नेशन्स'च्या मुसद्याचाच उपयोग करण्यात आला होता. सुमारे आठ राष्ट्रे 'लीग ऑफ नेशन्स'ची सभासद होती; पण अमेरिकेची संयुक्त संस्थाने मात्र सभासद नव्हती. लीगने नेदरलँडमध्ये हेग येथे आंतरराष्ट्रीय न्यायालयाची स्थापना केली. ते अजून तेथेच आहे. मात्र १९४६ पर्यंत अस्तित्वात राहिलेल्या 'लीग ऑफ नेशन्स'ला हिटलरच्या लष्करी सामर्थ्याची बेसुमार आणि बेगुमान वाढ थोपवता आली नाही. त्याचं पोलंडवरचं आक्रमण आणि त्यातून उद्भवलेलं दुसरं महायुद्धसुद्धा लीग थांबवू शकली नाही. १९४६ मध्ये दुसरं महायुद्ध संपल्यावर 'लीग ऑफ नेशन्स'ची जागा सध्याच्या 'युनायटेड नेशन्स' किंवा संयुक्त राष्ट्रसंघाने घेतली. मात्र गेल्या चव्वेचाळीस वर्षांत 'संयुक्त राष्ट्रसंघा'लासुद्धा अनेक पेचप्रसंग सोडवण्यात अपयश आलेले आहे. दोन परमसत्ता, हाताच्या बोटावर मोजता येतील अशा काही लष्करी, औद्योगिक, आर्थिक किंवा प्रादेशिक बलाढ्यतेमुळे असलेल्या महासत्ता आणि इतर लहान राष्ट्रे यांच्यात आजवर तरी 'बळी तो कान पिळी' हाच न्याय चालू आहे. गेल्या महायुद्धानंतर अधिकृतरीत्या जरी युरोपियन आणि अमेरिकन साम्राज्यवाद बरखास्त झालेला असला तरी नव्या, लहान, अविकसित आणि अस्थिर राष्ट्रांवर या ना त्या परमसत्तेचे किंवा महासत्तेचे वर्चस्व

राहिलेलेच आहे. आपल्याकडे केंद्रातला काँग्रेस पक्ष ज्याप्रमाणे राज्यातल्या मुख्यमंत्र्यांना कठपुतळी बनवून नाचवतो, तसाच प्रकार आंतरराष्ट्रीय पातळीवर परमसत्ता आणि महासत्ता चालवतात. सत्तेचा हस्तक्षेप सहसा उघड नसला तरी नाना मार्गांनी तो होत असतोच. शीतयुद्धाच्या काळात अमेरिका आणि सोव्हिएत युनियन यांनी केवळ लष्करी स्पर्धेची प्रचंड किंमत मोजली असं नाही. हेरगिरी आणि लाचलुचपत यांच्यावरही त्यांनी जबर खर्च केला. राष्ट्रे विकत घेण्याऐवजी राष्ट्रीय सरकारे किंवा नेते किंवा राजकीय पक्ष विकत घेणं कित्येकदा त्यांच्या सोयीचं होतं, तर कित्येकदा आपल्या पसंतीच्या लष्करी हुकूमशहांना पाठिंबा देऊन या परमसत्तांनी आपला प्रभाव टिकवला. ब्रिटन आणि फ्रान्ससारख्या माजी साम्राज्यवादी राष्ट्रांनीही आपल्या माजी वसाहतींमधले आपापले व्यापारी किंवा औद्योगिक हितसंबंध टिकवण्यासाठी प्रत्यक्षाप्रत्यक्ष हस्तक्षेप चालूच ठेवले आहेत. इस्त्राईलची निर्मिती करताना उत्पन्न केलेला पॅलेस्टाईनी अरबांच्या जन्मभूमीचा प्रश्न हे याचंच एक उदाहरण, तर अनेक अरब राष्ट्रांची निर्मिती करून अरब महासत्ता निर्माण होऊन न देण्याची कूटनीती हेही याचंच उदाहरण.

इजिप्तच्या नासरनंतर सर्व अरबांना असा लोकप्रिय नेता लाभलेला नाही. सद्दाम हुसेन त्याही दिशेने प्रयत्न करत असला तरी खुद्द इराकमध्येही त्याची हुकूमशाही क्रूर मानली जाते. ती सहन केली जाते, एवढंच. इस्त्राईलचं अस्तित्व टिकवण्यासाठी अरबांची एकजूट होऊ न देणं जर आवश्यक असेल तर व्यापक शांतीसाठी मर्यादित युद्धं अव्याहत चालू ठेवावी लागतात असं म्हणण्यासारखं होईल. पाश्चिमात्य शस्त्रास्त्रनिर्मिती उद्योग आज प्रचंड पसरलेला आहे. नाना उपउद्योगांना तो पोसतो आहे. त्यात अब्जावधी डॉलरची उलाढाल होत आहे. या प्रचंड औद्योगिक लष्करी हितसंबंधाचं जाळं बहुराष्ट्रीय आहे. वर्षातून एकदा दिवाळीत फटाक्यांचा कोट लावण्याचा मूर्खपणा करणाऱ्या लोकांप्रमाणे अविकसित राष्ट्रं युद्धांच्या प्रलोभनात बळी पडतात. अशिक्षित, अडाणी, अंधश्रद्ध, धर्मवेड्या, मध्ययुगीन तंद्रीत अजूनही वावरणाऱ्या लोकांना या लढाया कितीही भीषण असल्या तरी आकर्षक वाटतात. माणसाला आक्रमणाच्या कल्पनेनेही चेव येतो आणि महासंहारसुद्धा त्याला विकृत प्रकारे आकर्षित करतो, हे सत्य आहे. आपल्या 'महाभारता'त हेच सत्य मांडलेलं आहे, पण आपणही त्याच्याकडे दुर्लक्ष करून बाबरी मशिदीच्या जागी राममंदिर बांधल्याने जणू काय कलियुग संपून पुन्हा सत्ययुगाला प्रारंभ होणार आहे, अशा मूर्ख भ्रमाला बळी पडतोच. तात्पर्य, सद्दाम हुसेन आणि त्यांचे अरब समर्थक यांचं मानसशास्त्र विश्व हिंदू परिषदवाल्यांसारखंच आहे. हिंदुत्ववाद्यांना बाबरी मशीद जशी जिव्हारी सलते, तसंच इस्त्राईल अरबांना सलतं आणि ज्यूंना अरब सलतात.

जमिनीच्या प्राचीन मालकीवरून हजारो वर्षांनी भांडणं उकरण्याचा अर्थ हाच आहे.

स्वतंत्र राष्ट्रांच्या संकल्पनेच्या बुडाशी जे तत्त्व आहे, ते म्हणजे जनता स्वायत्त आहे. स्वयंनिर्णयाचा तिला अधिकार आहे किंवा लोकमान्य टिळकांचे प्रसिद्ध उद्‌गार आठवायचे, तर स्वराज्य हा सर्वांचाच जन्मसिद्ध हक्क आहे. पण आज विसाव्या शतकात पृथ्वीवर स्वयंनिर्णयाच्या तत्त्वावर नेमका कुठे कारभार चाललेला आहे?

उदाहरणार्थ, काश्मिरी लोकांचाही स्वराज्य हा जन्मसिद्ध हक्क आहे, असे टिळकांचे किती वारस आज मान्य करतील? काश्मीरमध्ये सार्वमत घ्यायला नेहरूंपासून आजवरच्या प्रत्येक भारतीय पंतप्रधानाने नकार दिला आहे. पंजाबमध्ये सार्वमत घेण्याचं नैतिक धैर्य आपल्यात आहे का? नागालँडमध्ये? मिझोराममध्ये? फार काय श्रीलंकेतल्या तामिळांना स्वयंनिर्णयाचा हक्क आहे, हेही भारताच्या सरकारांना मान्य करायला जड गेलेलं आहे. तरी आपण सापेक्षत: खरोखरच उदारमतवादी, लोकशाही वृत्तीचे लोक आहोत. जगात अन्यत्र वेगवेगळे धर्म, वेगवेगळे रीतिरिवाज, वेगवेगळ्या परंपरा आहेत. त्यांच्यावर सरसकट लोकशाही लादणं हेसुद्धा लोकशाहीविरोधी कृत्य ठरेल.

आजच्या जगाच्या आणि उद्याच्या जगाच्या अनेक प्रश्नांना महात्मा गांधींच्या आचारसंहितेत आणि काही विचारसूत्रांमध्ये फार समर्पक उत्तरं आहेत. हिंसेचा मूलभूत त्याग केल्याशिवाय मानवाची यापुढची आध्यात्मिक, नैतिक आणि सांस्कृतिक उत्क्रांती होणं अशक्य आहे. न्याय्य समाजरचना म्हणजे हिंसाविरहित समाजरचना, असहकार आणि सत्याग्रह हे दोनच शांततापूर्ण मतभेदाचे मार्ग. महात्मा गांधींच्या या सूत्राचं मूळ भारतीय परंपरेत फार खोल आहे. बौद्ध आणि जैन दर्शनांमधून तसंच भक्तीच्या महान चळवळीतून ते आपल्यापर्यंत आलेलं आहे. एकविसाव्या शतकात नेण्याजोगे तेवढं एक तरी नैतिक महासूत्र आपल्यापाशी आहे.

दि. २४ फेब्रुवारी १९९१

□□□

दुसऱ्या महायुद्धाला 'उजाळा'

दुसऱ्या महायुद्धाचा इतिहास विसाव्या शतकातल्या मानवी संघर्षांवर पुष्कळ प्रकाश टाकतो. पहिलं महायुद्ध संपताना शांततेचे जे करारमदार झाले, त्यातच दुसऱ्या महायुद्धाची बीजं होती. हे करारमदार किंवा तहनामे आखण्यात अमेरिकन राष्ट्राध्यक्ष वुड्रो विल्सन यांच्या मते या तहांचं उद्दिष्ट 'जगात लोकशाही सुरक्षित ठेवणं' हे होतं. युरोपच्या राजकीय सरहद्दी नव्याने ठरवताना शक्यतो एका राष्ट्रीयत्वाच्या लोकांवर दुसऱ्या राष्ट्रीयत्वाच्या लोकांचं वर्चस्व राहणार नाही, अशी दक्षता घेण्याचा प्रयत्न केला गेला. जर्मनीला आल्सॅस आणि लॉरेन हे फ्रेंच लोकवस्तीवाले प्रांत फ्रान्सला द्यावे लागले आणि सायलेशिया प्रांताचा काही भाग पुनरुज्जीवित पोलंडच्या हवाली करावा लागला. पूर्वीच्या ऑस्ट्रो-हंगेरियन साम्राज्यातून स्वतंत्र हंगेरी हे राष्ट्र वेगळं निघालं. याच साम्राज्याच्या उत्तर भागातला काही प्रदेश नव्याने स्थापण्यात आलेल्या चेकोस्लोव्हाकियात सामील करण्यात आला, तर काही प्रदेश पोलंडला देण्यात आला. ऑस्ट्रो-हंगेरियन साम्राज्यापैकी पूर्वेचा काही प्रदेश रुमानियात, दक्षिणेचा नव्याने वाढवण्यात आलेल्या सर्बियात ऊर्फ युगोस्लाव्हियात आणि पश्चिमेचा इटलीत विलीन करण्याला आला. बाल्टिक समुद्रकिनाऱ्यालगत इस्टोनिया, लाटव्हिया आणि लिथुआनिया ही तीन नवीन राष्ट्रं निर्माण करण्यात आली. तुर्कस्तानचा काही प्रदेश ग्रीसला देण्याला आला; ज्यामुळे पुढे लवकरच या दोन देशांत लढाई जुंपली. तुर्कस्तानच्या ताब्यात पश्चिम आशियातला बराच मुलूख होता. त्यावर कारभार चालवण्याची विविध दोस्तराष्ट्रांना मुभा देण्यात आली. सरतेशेवटी जर्मनीशी करण्यात आलेला व्हर्सायचा तह पाहिला, तर त्यानुसार जर्मनीला फारच थोडं सैन्य आणि आरमार बाळगण्याची परवानगी देण्यात आली. मात्र पाणबुड्या बोटी बाळगण्याची जर्मनीला मनाई करण्यात आली. युद्धात शरण आलेलं जर्मन आरमार बुडवून नष्ट करण्यात आलं.

पहिल्या महायुद्धात सुमारे एक कोटी सैनिक, वैमानिक किंवा नाविक मरण पावले. आणखी सुमारे एक कोटी नागरिक युद्धात बळी पडले. आणखी सुमारे दोन कोटी माणसं या महायुद्धात जखमी झाली, तर महायुद्धांमुळे उपासमार होऊन किंवा रोगराईत जगभर आणखी दोन कोटी लोक मृत्युमुखी पडले. याप्रमाणे पहिल्या महायुद्धाच्या बळींचा हिशेब चार कोटी माणसांचा मृत्यू आणि दोन कोटी जखमी किंवा अपंग असा आहे.

दुसरं महायुद्ध पेटण्यापूर्वी १९३१ मध्ये जपानने चीनकडून मांचुरिया प्रांत

बळकावून घेतला. १९३५ मध्ये इटलीने इथिओपिया गिळंकृत केला. १९३६ मध्ये लीग ऑफ नेशन्सचं मत धाब्यावर बसवून हिटलरने आपलं लष्कर ऱ्हाईन नदीच्या पश्चिमेला घुसवलं. जर्मनी, इटली आणि जपान या तीन 'ॲक्सिस' राष्ट्रांनी संधी मिळेल तसे हातपाय पसरायला सुरुवात केली. जपानने १९३७ मध्ये चीनशी युद्ध पुकारलं. जर्मनीने ऑस्ट्रियाशी जबरदस्तीने 'मैत्रीचा करार' केला आणि त्याच्या आधाराने ऑस्ट्रियातील 'अराजक' मिटवण्याच्या मिषाने मार्च १९३८ मध्ये तेथे आपल्या फौजा घुसवल्या. यानंतर लागलीच जर्मनीने चेकोस्लोव्हाकियातील जर्मनभाषी प्रदेश आपलेच असल्याचा दावा केला आणि या दाव्याचा दबाव आणला. यामुळे हिटलरचा आत्मविश्वास वाढून पुढे सप्टेंबर १९३९ मध्ये त्याने पोलंडवर चढाई केली आणि मगच इंग्लंड व फ्रान्स यांनी जर्मनीविरुद्ध युद्ध पुकारलं. याच सुमाराला सोव्हिएत संघराज्याने पूर्वेकडून पोलंडवर चढाई केली. जर्मनीने पोलंडवर कबजा मिळवला. दरम्यान, सोव्हिएत संघराज्याने इस्टोनिया, लाटव्हिया आणि लिथुआनिया ही तीन बाल्टिक राज्यं ताब्यात घेतली आणि फिनलंडमध्ये आपल्याला लष्कर ठेवण्याचा हक्क असावा, अशी मागणी केली. १९४० मध्ये जर्मनीने नॉर्वेवर कबजा मिळवला. पुढे जर्मन फौजा बेल्जियम, नेदरलँड्स, लक्झेंबुर्ग यांना घशात घालून थेट फ्रान्समध्ये घुसल्या.

युरोपच्या भूप्रदेशावर जर्मन सेनेचं वर्चस्व आता प्रस्थापित झालंच होतं. जर्मनीने सोव्हिएत संघराज्याशी दहा वर्षं परस्पर आक्रमणाचा तह केलेलाच होता. तेव्हा ब्रिटिश बेटांवरच तेवढा जर्मनीला विरोध उरलेला होता. फ्रेंचांनी हिटलरला विरोध सुरू ठेवला होता, तो आपल्या उत्तर आफ्रिकेतल्या वसाहतीत सैन्य ठेवून तसंच फ्रान्समध्ये भूमिगत व गनिमी चळवळीतून. हिटलरने आता ब्रिटिश बेटांवर चढाई करण्याची पूर्वतयारी म्हणून ब्रिटनवर हवाई हल्ले सुरू केले. ब्रिटनने त्यांना कडवे प्रत्युत्तर दिलं. 'ब्रिटनची लढाई' म्हणून हे युद्ध प्रसिद्ध आहे.

जर्मनीच्या बाजूने १९४०च्या जून महिन्यात इटली महायुद्धात उतरला. उत्तर आफ्रिका, तांबडा समुद्र, पूर्व आफ्रिका या भागांत इटलीच्या वसाहती होत्याच. या भागातल्या ब्रिटिश लष्करी सामर्थ्यापेक्षा इटालियन बळ जास्त होतं. उत्तर आफ्रिकेतल्या युद्धात सुरुवातीला इटालियन आणि जर्मन फौजांना यश मिळालं तरी १९४३ पासून त्यांना मागे रेटण्यात ब्रिटिशांना यश आलं.

जून १९४१ मध्ये आपल्या सेनापतींचा सल्ला न मानता हिटलरने सोव्हिएत संघराज्यावर चढाई केली आणि अनाक्रमणाच्या कराराचा भंग केला.

हिटलरची ही कृती महायुद्धाला वेगळेच वळण देणारी ठरली. सुरुवातीला सोव्हिएत संघराज्यात खोलवर मुसंडी मारून घुसलेल्या जर्मन फौजांनी वीस लाख

रशियनांना युद्धकैदी बनवले, पण हिवाळा येताच चित्र पालटू लागले. माघार घ्यायची नाही अशी आपल्या अधिकाऱ्यांना हिटलरने सक्त ताकीद दिली होती आणि हिवाळा सुरू व्हायच्या आत आपला निर्णायक विजय होईल, असं त्याने गृहीत धरल्यामुळे रशियातला कडक हिवाळा सोसण्याची जर्मन सैन्याने पूर्वतयारी केलेली नव्हती. जर्मन सैन्याची कठीण अवस्था होत गेली. १९४३ साल उजाडेपर्यंत जर्मन सैन्यांची इतकी दुर्दशा झालेली होती की स्टॅलिनग्राडला त्यांनी घातलेला वेढा तर अयशस्वी झालाच; पण रशियनांच्या प्रतिहल्ल्यात अडीच लाख जर्मन सैनिक युद्धकैदी बनले. येथून पुढे हिटलरच्या पीछेहाटीची आणि पराभवाची सुरुवात झाली.

१९४१च्या डिसेंबरमध्ये हवाई बेटांमधल्या पर्ल हार्बर या प्रचंड अमेरिकन आरमारी तळावर अचानक हवाईहल्ला करून जपानने पॅसिफिक क्षेत्रात महायुद्ध सुरू केलं. त्याच दिवशी जपानने फोर्मोसामधून फिलिपाईन्स बेटांवरच्या अमेरिकन तळांवर हल्ला चढवला. मलाया, सिंगापूर आणि पुढे ब्रह्मदेश अशी आग्नेय आशियात थेट ब्रिटिश भारताच्या सरहद्दीपर्यंत जपानी फौजांना धडक मारली.

अमेरिकेला आता महायुद्धात पूर्णपणे उतरणं भाग पडलं. पॅसिफिक आणि अॅटलांटिक या दोन्ही महासागरांत निकराचे आरमारी संघर्ष सुरू झाले. अमेरिकेच्या नागरी लोकसंख्येला मात्र युरोप, आशिया किंवा आफ्रिकेतल्या लोकांप्रमाणे प्रत्यक्ष महायुद्धाची झळ पोहचली नाही. उलट चौथ्या दशकातल्या मंदीच्या तीव्र लाटेनंतर अमेरिकन अर्थव्यवस्थेत पुन्हा तेजी आणली ती महायुद्ध आणि शस्त्रास्त्रोद्योग यांनीच.

दुसऱ्या महायुद्धातली अॅक्सिस राष्ट्रांची उद्दिष्टं वरच्या त्रोटक आढाव्यावरून कळायला अवघड नाहीत. जागतिक परमसत्ता आणि युरोपीय महासत्ता बनण्याची हिटलरची आकांक्षा होती. त्या काळी ब्रिटिश साम्राज्य ही जगातली महाबलाढ्य सत्ता होती. अमेरिका संभाव्य परमसत्ता असूनही लष्करीदृष्ट्या सुसज्ज नव्हती. महायुद्धाच्या प्रक्रियेने अमेरिकेला शस्त्रास्त्रोद्योगात आणि लष्करी सज्जतेत अग्रगण्य बनवलं. सोव्हिएत संघराज्यसुद्धा बलाढ्य महासत्ता आणि संभाव्य परमसत्ता होते. इटलीची महत्त्वाकांक्षा जर्मनीच्या मानाने मर्यादित होती. उत्तर आफ्रिका, पश्चिम आशिया व पूर्व आफ्रिका या प्रदेशांवर इटलीचा डोळा होता. जपानचं लक्ष चीन, आग्नेय आशिया आणि दक्षिण आशिया मिळून सबंध आशिया खंडावर वर्चस्व असणारी एकमेव विभागीय महासत्ता बनण्यावर होतं. जर्मनी आणि जपान या दोन्ही राष्ट्रांमध्ये शस्त्रास्त्रोद्योग आणि इतर पूरक उद्योग मोठ्या झपाट्याने विकसित झाले होते. सोव्हिएत संघराज्यानेसुद्धा अवजड उद्योग आणि शस्त्रास्त्रोत्पादनाची जय्यत तयारी ठेवलेली होती. अमेरिका आणि ग्रेट ब्रिटन या दोन अँग्लो-सॅक्सन व्यापारी साम्राज्यवादी लोकशाही राष्ट्रांचं परस्परसहकार्य हे दुसऱ्या महायुद्धाचं एक ठळक

वैशिष्ट्य. ग्रेट ब्रिटनची 'लोकशाही' ब्रिटिश बेटापलीकडे साम्राज्यात फार मर्यादित प्रमाणात लागू केली जाई, तर अमेरिकन लोकशाही उत्तर अमेरिकेबाहेर नीतिनिरपेक्ष व्यापारी स्वार्थाचा आणि प्रसंगी हुकूमशाहीचा आणि वसाहतवादाचा पुरस्कार करणारी होती. हिटलर अर्थातच जर्मनीत हुकूमशहा आणि जगात आक्रमक लष्करशहा होता. इटली आणि जपानमध्येही अशाच विचारांचे राज्यकर्ते होते, पण उलट सोव्हिएत संघराज्यातही हुकूमशहा स्टॅलिन होताच आणि तोही लष्करशहा बनण्याच्या मार्गावर होता. फ्रान्समधली 'लोकशाही' अँग्लो-सॅक्सन वळणाची नव्हती आणि युरोपच्या व जगाच्या इतिहासाकडे बघण्याची फ्रेंच दृष्टी पूर्वी, तेव्हा आणि नंतरही अँग्लो-सॅक्सन दृष्टीपेक्षा वेगळी राहिली. महायुद्धानंतर युरोपचा, आफ्रिकेचा, पश्चिम आशियाचा नकाशा विशेषत: बदलला. त्यात सोव्हिएत संघराज्याचा भूप्रदेश आणि वर्चस्व क्षेत्र यांत लक्षणीय वाढ झाली. उलट जर्मनीची फाळणी झाली. जर्मनी आणि जपान यांना जे तह करावे लागले, त्यानुसार त्यांच्या लष्करावर तर मर्यादा घातल्या गेल्याच, पण अमेरिका आणि पाश्चात्त्य 'मित्र' राष्ट्रांपैकी ब्रिटन व फ्रान्स यांना जर्मनीत, तर अमेरिकेला जपानमध्ये असे लष्करी तळ ठेवता आले. महायुद्ध संपता संपताच कम्युनिस्ट सोव्हिएत युनियन (आणि चीन) यांच्याविरुद्ध पाश्चिमात्य व्यापारी 'लोकशाही'चं शीतयुद्ध सुरू झालं.

दुसरं महायुद्ध औपचारिकरीत्या संपलं, ते हिरोशिमा आणि नागासाकी या जपानी शहरांवर अमेरिकेने अणुबॉम्ब टाकल्यावर. या युद्धाचा हा भीषण अंत एकापरीने योग्य आणि भविष्याची सूचना देणारा होता असं वाटतं.

दुसऱ्या महायुद्धात पन्नात ते साठ लाख ज्यूंचं हिटलरच्या कॉन्सेंट्रेशन कँपांमध्ये शिरकाण करण्यात आलं. सुमारे दीड कोटी रशियन मृत किंवा बेपत्ता झाले. सुमारे तीस लाख जर्मन, वीस लाख चिनी, दहा लाख जपानी, चार लाख ब्रिटिश आणि ब्रिटिश साम्राज्यातले इतर दीड लाख आणि तीन लाख अमेरिकन व अडीच लाख फ्रेंच यात बळी गेले.

दि. ३ मार्च १९९१

□□□

अमेरिकेचा साम्राज्यवाद

गेल्या शतकाच्या शेवटच्या दशकात अमेरिकेचं स्पेनशी युद्ध झालं. या शतकाच्या अखेरच्या दशकात इराकशी युद्ध चालू असताना शंभर वर्षांपूर्वीच्या स्पेनविरुद्धच्या युद्धाची पार्श्वभूमी आठवणं उद्‌बोधक ठरेल.

सन १८९०च्या दशकात अमेरिकेचं अर्थचक्र घसरून मंदीत रुतत चाललेलं होतं. उत्पादनात बेसुमार वाढ असूनही मालाला बाजारपेठाच उपलब्ध नाहीत, अशी परिस्थिती मंदीच्या मुळाशी होती. अध्यक्ष मॅकिन्ले यांच्या शब्दांत, "आम्हाला व्यापार वाढवायचा आहे... आमच्या उत्पादित वस्तूंसाठी, शेतकी उत्पादनांसाठी... आमच्या वरकड उत्पादनाचा उठाव होण्यासाठी आम्हाला विदेशी बाजारपेठा हव्या आहेत... आमचा वरकड माल विकण्यासाठी आम्हाला विदेशी बाजारपेठांमध्ये निर्यातीची संधी हवी आहे, तर उलट आमच्याकडे जो माल उपलब्ध होत नाही, त्याच्या आयातीसाठी विदेशी उत्पादकांना आमच्या बाजारपेठा खुल्या करायला आम्ही तयार आहोत."

लवकरच जपान आणि कोरियाला अमेरिकन निर्यात सुरू झाली. जपानने आपली कपाशीची आयात वाढवली. त्याचप्रमाणे अमेरिकन कंपन्यांना जहाजं बांधण्याची मोठमोठी कंत्राटं मिळाली. याच सुमारास क्यूबात स्पॅनिश राजवटीविरुद्ध क्रांती उसळली. वस्तुतः क्यूबातल्या असंतोषाला अमेरिकेशी असलेला व्यापारच कारणीभूत होता. अमेरिकेत क्यूबाकडून खास कराराद्वारा साखर खरेदी केली जाई. क्यूबातून साखर आयात करण्याला ज्या विशेष सवलती होत्या, त्या अमेरिकेने १८९५ मध्ये रद्द करून टाकल्या. यामुळे क्यूबातल्या ऊसमळ्यांमधल्या कामगारांवर बेकारीची पाळी आली. शेतमजुरांच्या असंतोषातून क्रांतीचा विस्फोट झाला. त्यात अर्थातच क्यूबन अमेरिकन मालमत्तेवर विध्वंसक हल्ले करण्यात आले. अमेरिकन व्यापाऱ्यांनी आणि उद्योजकांनी अमेरिकन सरकारवर दबाव आणला आणि अमेरिकेने क्यूबात हस्तक्षेप करण्यासाठी स्पेनशी युद्ध पुकारलं. हवाई बेटे आणि फिनिपिन्स यांच्यावर अमेरिकेने ताबा मिळवला. पुढे चीनमध्ये चंचुप्रवेश करता यावा याची ही पूर्वतयारी होती. वस्तुत: फिलिपिन्समध्ये स्वत:ची राजवट स्थापून सरकारी खर्चाचा बोजा वाढवण्याची मॅकिन्लेची इच्छा नव्हती. त्याला फक्त फिलिपिन्समध्ये आरमारी तळ स्थापायचा होता, पण फिलिपिनो लोकांनी विरोध केल्यामुळे नाइलाजाने अमेरिकेला तेथे सत्ताच हातात घ्यावी लागली. क्यूबात हे टाळणं शक्य झालं. क्यूबात अमेरिकन अटींवर, अमेरिकनांना सोयीस्कर असे स्वतंत्र नवं क्यूबन सरकार स्थाप(व)ण्यात आलं. गेल्या शतकाची अखेर होईपर्यंत अमेरिकेने चीनच्या बाबतीत 'मुक्तद्वार धोरण'

अवलंबलं. पनामाचं कालवाक्षेत्र कोलंबियाकडून ताब्यात घेतलं. क्यूबाला कह्यात आणलं. हवाई दल ताब्यात घेतलं. फिलिपिन्समध्ये तळ ठोकला. याप्रमाणे व्यापारी साम्राज्यवादाचा पायाच रचून अमेरिकेने विसाव्या शतकात प्रवेश केला.

अधिकृतरीत्या वसाहतींवर राज्य करण्याऐवजी 'मुक्तद्वारा'ने व्यापारी वर्चस्व प्रस्थापित करण्याचं धोरण अमेरिकेने पत्करलं. यामुळे प्रतिस्पर्धी राज्यांशी युद्ध करावं लागण्याचा धोका टळला. लष्करी बळावर राजकीय वर्चस्व गाजवणं; वसाहतीची शासनव्यवस्था सांभाळणं; वसाहतीतला राजकीय आणि आर्थिक असंतोष आटोक्यात ठेवणं हा अधिकृत साम्राज्यवादाचा मार्ग अमेरिकेने टाळला. ब्रिटिशांना उदाहरणार्थ, भारतात किंवा फ्रेंचांना अल्जेरियात किंवा डचांना इंडोनेशियात किंवा पोर्तुगीजांना गोव्यात आणि अंगोलात जी अधिकृत साम्राज्यवादी भूमिका निभवावी लागली, ती अमेरिकनांनी मुळातच टाळली. त्यामुळे युरोपियन सत्तांना आपल्या वसाहती ठेवण्याची जी काही किंमत मोजावी लागली, ती अमेरिकनांना चुकवावी लागली नाही. अमेरिकनांचा अनौपचारिक साम्राज्यवाद कमी खर्चाचा, कमी जोखमीचा, जास्त फायद्याचा आणि दीर्घकाळ वसाहतींना परावलंबी ठेवणारा होता. वसाहतींवर राज्य करण्याऐवजी अमेरिकनांनी त्यांना आपली गिऱ्हाइकं आणि देणेदार बनवलं. त्यांच्याकडून स्वस्तात कच्चा माल मिळवून त्यांना फायदेशीर भावात उत्पादित माल विकला. त्यांना राष्ट्रीय कर्जं दिली आणि त्यावर व्याज कमावलं. उद्योगाचा आणि व्यापाराचा निरंतर विकास करत राहायचा, या तत्त्वावर अमेरिकन धोरणं आखली गेली. सबंध पृथ्वी आपल्या व्यापार-उद्योगाच्या कक्षेत आणायची, हे या धोरणाचं मूळ सूत्र राहिलं. दोहो बाजूंना महासागर असलेली उत्तर अमेरिका आपल्या व्यवहारांच्या कक्षा पश्चिमेला पॅसिफिक क्षेत्राच्या दिशेने, दक्षिणेला मध्य आणि लॅटिन अमेरिकेत अशी विस्तारू लागली. थिओडोर रूझवेल्ट, टॅफ्ट आणि वुड्रो विल्सन या राष्ट्राध्यक्षांच्या अमदानीत अमेरिकेच्या व्यापारी साम्राज्यवादाचा पहिला टप्पा पुरा झाला होता.

अगोदरच्या राष्ट्राध्यक्षांच्या निव्वळ व्यापारी आक्रमकतेला वुड्रो विल्सन यांनी मिशनरी नैतिकतेची जोड दिली. विल्सन यांच्या मते अमेरिकेची सुबत्ता आणि अंतर्गत स्थैर्य टिकवण्यासाठी आंतरराष्ट्रीय बाजारपेठांमध्ये सतत अमेरिकन मालाचा उठाव होत राहणं आवश्यक होतं. त्यांच्या मते अमेरिकेची संस्कृती मुळातच औद्योगिक असल्यामुळे जगातली अमेरिकेची भूमिका औद्योगिक व्यापारी नेत्याची तर होतीच, पण शिवाय ख्रिस्ती धर्म आणि लोकशाही व्यवस्था यांच्या नैतिक बांधिलकीमुळे अशा तऱ्हेचं जागतिक नेतृत्व करायला अमेरिकाच पूर्णपणे समर्थ आणि लायक होती.

ख्रिस्ती धर्मावर आधारलेल्या नैतिकतेचा, लोकशाही तत्त्वांवर आधारलेल्या व्यवहारांचा आणि परस्परांचा फायदा करून देणाऱ्या व्यापाराचा कायम हवाला देणं, ही त्रिसूत्री विल्सनपाठोपाठ आलेल्या प्रत्येक अमेरिकन राष्ट्राध्यक्षांनी वेळोवेळी आळवलेली आहे. विशेषत: परराष्ट्रांशी युद्ध करताना, दूरच्या देशांत हस्तक्षेप करताना, सोव्हिएत संघराज्य किंवा चीनसारख्या साम्यवादी राष्ट्रांशी संघर्ष करताना, अरब किंवा इस्लामी राष्ट्रांच्या व्यवहारात ढवळाढवळ करताना 'ख्रिश्चॅनिटी, डेमॉक्रसी, ओपन डोअर पॉलिसी' हा जुना मंत्र परत परत उच्चारण्याचा प्रघातच अमेरिकनांनी पाडलेला आहे. विसाव्या शतकाच्या एकूण अनुभवाअंती प्रश्न एवढाच आहे की, जगातल्या कोणत्याही राष्ट्राला स्वत:ची धार्मिक नीतितत्त्वे, राजकीय व्यवहारतत्त्वे आणि व्यापारी चाल-चलणूक सबंध जगावर किंवा कोणत्याही लहान-मोठ्या राष्ट्रांवर लादण्याचा कितपत अधिकार आहे? दुसऱ्या महायुद्धानंतर अमेरिकन भांडवलदारीने बहुराष्ट्रीय कंपन्यांचं रूप धारण केलं. त्यामुळे ख्रिश्चन धर्म आणि लोकशाही तसंच तारे आणि पट्ट्यावाला अमेरिकन झेंडा हे अदृश्यपणे पण सर्वंकषपणे जगात वावरू लागले. बहुराष्ट्रीय स्वरूपाच्या व्यापारी संघटनेत अमेरिकनांखेरीज इतरही विकसित राष्ट्रांतले उद्योजक आणि अर्थसम्राट सामील झाले. राष्ट्रनिरपेक्ष अशा भांडवली परमसत्तेचा उदय झाला. ही परमसत्ता 'अमेरिकन' नाही तर ती खरोखरच वैश्विक आहे; पण तिचा उगम अमेरिकन औद्योगिक तत्त्वज्ञानात आहे. या परमसत्तेला कोणत्याही राजकीय हद्दी नाहीत; कायद्याच्या मर्यादा नाहीत. इकेक्ट्रॉनिक सूचनामाध्यमे, इलेक्ट्रॉनिक स्मृतिकोश, इलेक्ट्रॉनिक माहिती संस्करणाची यंत्रं किंवा कृत्रिम उपग्रह, कॉम्प्युटर, फॅक्स, टेलिफोन यांच्या जाळ्याच्या रूपाने ही बहुराष्ट्रीय परमसत्ता आपल्या ग्रहावर पसरत आहे.

जुन्या अभिजात अर्थाने माणूस माणूस राहणार नाही; राष्ट्र राष्ट्र राहणार नाही, अशी परिस्थिती आता येऊ घातलेली आहे. वरकरणी जरी आपलं जग आहे असंच दिसत राहिलं, तरी आतल्या सत्तेचं स्वरूप बदलत आहे.

आपण ज्या तिसऱ्या जगात आहोत, ती पृथ्वीची झोपडपट्टी. आपला सर्वांचा दर्जा दलितांचा, मात्र जोवर राष्ट्रीयत्वाची पट्टी आपल्या डोळ्यांवर बांधलेली राहणार आहे, तोवर आपण जगाच्या झोपडपट्टीतल्या इतर दलितांपासून विभक्त राहणार आहोत. जोपर्यंत पृथ्वीच्या पर्यावरणावरच नव्हे, तर सर्व नैसर्गिक साधनसंपत्तीवर सर्व माणसं समान हक्क सांगून समान जबाबदारीने वागत नाहीत, तोवर एकविसावं शतक विसाव्यापेक्षाही भीषण ठरण्याची शक्यता आहे.

दि. १० मार्च १९९१

□□□

परमसत्तेची साम्यवादी आवृत्ती

१९१७च्या ऑक्टोबरमध्ये रशियात बोल्शेविक क्रांती यशस्वी झाली. या क्रांतीची प्रक्रिया अगोदरच सुरू झालेली होती. मार्च १९१७ मध्ये तिचा विस्फोट झाला होता. तोवर पहिल्या महायुद्धात ब्रिटिश, फ्रेंच, बेल्जियन आणि सर्बियन (आता युगोस्लाव) सैन्यांबरोबर रशियन सैन्य जर्मनी, ऑस्ट्रिया, हंगेरी, तुर्कस्तान आणि बल्गेरिया यांच्याविरुद्ध लढत होते. रशियात तेव्हा झार सम्राटांची सत्ता होती.

पहिलं महायुद्ध १९१४ मध्ये सुरू झालं. रशिया या युद्धात वर सांगितलेल्या दोस्त राष्ट्रांच्या बाजूने उतरला होता. रशियन लष्करात ग्रामीण रशियातले शेतकरी प्रचंड संख्येने भरती केले गेले होते. त्यामुळे युद्धकाळात रशियातल्या शेतीची मोठ्या प्रमाणावर दुर्दशा झाली. मुख्यत: शेतकीप्रधान आणि ग्रामीण जमीनदारी पद्धतीच्या रशियन व्यवस्थेची घडी पार विस्कटली. रशियन लष्कराला रसद आणि कुमक वेळेवर किंवा पुरेशी न मिळाल्याने सैनिकांचेही फार हाल झाले. पुष्कळसं सैन्य युद्धात मारलं गेलं; जखमी झालं किंवा कैद केलं गेलं. १९१७ उजाडेपर्यंत रशियात उपासमार आणि गरिबीची भीषण सावली सर्वत्र पसरलेली होती. रशियाचा जवळ जवळ पराभवच झालेला असताना 'बोल्शेविक' किंवा 'बहुसंख्यांच्या पक्षा'चे क्रांतिकारक सत्ता काबीज करण्यात यशस्वी झाले.

बोल्शेविकांचे नेते लेनिन. लेनिन यांनी सरकार स्थापन करतानाच जर्मनीशी समझोता केला आणि दक्षिण व पश्चिम रशियातला बराच मुलूख जर्मनीला देऊ केला. या समझोत्याचा अर्थ दोस्तराष्ट्रांनी आणि त्यांच्या बाजूने एव्हाना युद्धात उतरलेल्या अमेरिकेने असा लावला की, बोल्शेविक रशिया जर्मनीला सामील झालेली आहे. बोल्शेविक किंवा 'लाल' सैन्याचे रशियातले जे 'श्वेत' विरोधक होते, त्यांना १९२१ पर्यंत बोल्शेविकांशी लढण्याला अमेरिका, जपान, फ्रान्स आणि ब्रिटन यांनी मदत केली. मुक्त व्यापारवादी अमेरिका आणि 'साम्यवादी' रशिया यांच्यात पुढे फार मोठी सत्ता-स्पर्धा होणार होती. फ्रेंच लेखक आणि विचारवंत अलेक्सीस व लोकव्हीय याने या दोन खंडप्राय देशांमधल्या स्पर्धेचं भाकीत फार पूर्वीच करून ठेवलेलं होतं.

रशियन साम्राज्याचं आता सोव्हिएत युनियनमध्ये किंवा सोव्हिएत संघराज्यात रूपांतर झालं. या प्रचंड राष्ट्राने जगाचा जवळ जवळ चौदा टक्के भूभाग व्यापलेला आहे. कॅनडा, युनायटेड स्टेट्स, मेक्सिको आणि मध्य अमेरिका या सर्वांचा भूभाग एकत्र केला तरी तो सोव्हिएत संघराज्यापेक्षा कमी आकाराचा असेल. सोव्हिएत संघराज्याची पंधरा घटकराज्यं मिळून एकच सलग भूप्रदेश असून तो युरोप आणि आशिया या

दोन खंडांमध्ये पसरलेला आहे. यांपैकी एकचतुर्थांश भूप्रदेश युरोपात तर तीनचतुर्थांश आशियात आहे. सध्या जरी लोकसंख्या अर्धी युरोपियन वंशांची आणि अर्धी आशियाई वंशांची असली तरी सोव्हिएत संघराज्यातल्या युरोपियन वंशांच्या लोकसंख्येची वाढ थांबलेली आहे, तर उलट आशियाई वंशांची लोकसंख्या अजून तरी वेगाने वाढत आहे. शिवाय आपल्या भारताप्रमाणे सोव्हिएत संघराज्यातही विविध भाषा, विविध सांस्कृतिक परंपरा आणि कम्युनिझमलाही नष्ट करता न आलेले विविध धर्म आहेत. झारिस्ट साम्राज्यवादाने गिळंकृत केलेल्या इतर राष्ट्रांखेरीज आजच्या सोव्हिएत संघराज्यात स्टॅलिनिस्ट साम्राज्यवादाने घशात घातलेले देशसुद्धा आहेत.

१९१७ मध्ये सोव्हिएत संघराज्य मुख्यत्वेकरून शेतीप्रधान देश होता. लेनिनच्या नेतृत्वाखाली १९२४ मध्ये त्याच्या मृत्यूपर्यंत आणि स्टॅलिनच्या राजवटीत १९५३ मध्ये त्याचा मृत्यू होईपर्यंत सोव्हिएत संघराज्याने प्रचंड औद्योगिक उभारणी केली. आपल्या राष्ट्रावर भांडवलशाही साम्राज्यवादी सतत सुटे किंवा एकत्रित हल्ले करत राहतील या भीतीने सोव्हिएत संघराज्याने सुसज्ज लष्कर खडे ठेवले आणि प्रचंड शस्त्रास्त्रोद्योग उभारला. परदेशात हेरगिरी आणि कारस्थानी कृत्ये करणारी त्याचप्रमाणे स्वदेशात विरोधकांचा समूळ काटा काढणारी यंत्रणा उभी केली. (तथाकथित लोकशाहीवादी राष्ट्रेसुद्धा हेच करत होती.) मात्र स्टॅलिन यांच्या धोरणांचा एक मोठा भाग रशियन नेतृत्वाखाली सबंध जगात साम्यवादी व्यवस्थेची निरंकुश सत्ता स्थापणं हा होता.

१९४९ मध्ये चीनमध्ये राज्यक्रांती होऊन साम्यवादी 'जनवादी प्रजासत्ताक' स्थापन झालं. १९५० मध्ये जगाचा नकाशा पाहून अशी कल्पना झाली असती, की साम्यवादी आणि भांडवलशाही लोकशाहीवादी अशा दोन मुख्य व्यवस्थांमध्ये पृथ्वी अर्धी अर्धी वाटली गेली आहे.

अर्थात, प्रत्यक्षात 'साम्यवाद' आणि 'लोकशाही' हे फक्त विसाव्या शतकातले लोकप्रिय आभास ठरले आहेत. खऱ्या जगात कोठेही विशुद्ध रूपात भांडवलशाही, 'समाजवाद', 'लोकशाही', 'हुकूमशाही' अशी अस्तित्वात नाहीत. खऱ्या जगाचं मॉडेल बनवता येणं अत्यंत कठीण आहे, कारण आजचं खरं जग बिनसरहद्दीचं आहे आणि त्यात विविध प्रकारच्या शक्ती विविध पातळ्यांवर कार्यरत आहेत. गुंतागुंतीच्या परस्परसंबंधांच्या या जाळ्यामुळे जगाच्या एका टोकाला घडणाऱ्या आणि 'प्रादेशिक' भासणाऱ्या घटनेचे जगभर दूरगामी परिणाम होऊ शकतात. आपण अशा जगात देशीपणाच्या कवचात किंवा राष्ट्रीय स्वायत्ततेच्या भ्रमात फार काळ फारसे सुरक्षित राहू शकणार नाही.

दि. १७ मार्च १९९१

□□□

परमसत्ता विरुद्ध स्वायत्तता

मानवी समतेवर आधारलेली लोकशाही राज्यव्यवस्था आणि घटक राष्ट्रांच्या स्वायत्ततेच्या पायावर आधारलेली आंतरराष्ट्रीय व्यवस्था या विसाव्या शतकातल्या सर्वमान्य संकल्पना आहेत. एकोणिसाव्या शतकात मांडल्या गेलेल्या आर्थिक आणि राजकीय सिद्धान्ताची या संकल्पनांना पार्श्वभूमी आहे.

प्रत्यक्षात पाहिल्यास जगातल्या प्रत्येक तथाकथित लोकशाहीत ठळक उणिवा आणि दोष आहेत. तसंच लहान किंवा दुर्बळ राष्ट्रांची 'स्वायत्तता' नाममात्रच असून परमसत्तांच्या आणि महासत्तांच्या इशाऱ्यांवर या राष्ट्रांना चालावं लागतं. एरवी या ना त्या प्रकारे ती चिरडली जातात, असं दिसतं.

दुसऱ्या महायुद्धापूर्वी इटलीने ॲबिसिनिया ऊर्फ इथिओपिया गिळंकृत केला, पण लीग ऑफ नेशन्स त्या बाबतीत काहीच करू शकलं नाही. दुसऱ्या महायुद्धानंतर स्थापन झालेल्या युनायटेड नेशन्सला जगाच्या नकाशावरून पुसल्या गेलेल्या पॅलेस्टाईनबाबत आणि तिथल्या रातोरात मायदेशातच निर्वासित बनलेल्या अरबांबद्दल आजतागायत काहीच करता आलेलं नाही. दुसऱ्या महायुद्धाचा फायदा घेऊन स्टॅलिनने बाल्टिक समुद्रकाठच्या प्रदेशात आणि पूर्व युरोपात हातपाय पसरले. त्या भागात 'स्वायत्तते'चं वारं आता कुठे गोर्बाचेव्ह यांच्या नव्या धोरणानंतर वाहू लागलंय.

विसाव्या शतकाचं पुनरावलोकन करताना एक गोष्ट ध्यानात येते ती ही : अमेरिका आणि सोव्हिएत संघराज्य या दोन महासत्तांची चढाओढ आणि त्यांचं वैश्विक परमसत्तांमध्ये पर्यवसान. 'परमसत्ता' शब्द गोंडस वाटला तरी त्याचा खरा अर्थ इतर सर्वांना शिरजोर अशा मगरूर राष्ट्रसत्ता असाच होतो. एकोणिसाव्या शतकात महासत्तांना आपण साम्राज्यवादी आणि वसाहतवादी सत्ता म्हणून ओळखत होतो. विसाव्या शतकातली विश्वव्यवस्था औद्योगिक आणि व्यापारी परस्परसंबंधांचं जास्त व्यापक आणि गुंतागुंतीचं जाळं बनली. आर्थिक वर्चस्व आणि लष्करी प्रभाव अशा दोन रूपांत महासत्ता लहान व दुबळ्या राष्ट्रांवर प्रभाव गाजवू लागल्या. महासत्तांचेही गट बनले आणि या गटांचं नेतृत्व वरील दोन परमसत्तांकडे आलं.

विसाव्या शतकात 'राष्ट्र-राज्य' ही संकल्पना रूढ झालेली असली तरी सर्वच राष्ट्र-राज्यांची स्वायत्तता मर्यादित आहे. सर्व राष्ट्र-राज्ये प्रत्यक्षात समान नाहीत आणि स्वतंत्रही नाहीत. अनेक राष्ट्र-राज्ये प्रत्यक्षात महासत्तांची किंवा परमसत्तांची मांडलिक असल्याप्रमाणे आहेत. याचं कारण ती आर्थिकदृष्ट्या परावलंबी आहेत आणि लष्करीदृष्ट्या दुबळी आहेत. जगातली ही विषमता मुळात विसाव्या शतकातल्या

विश्वव्यवस्थेतलाच मूलभूत असमतोल दाखवते. ही विश्वव्यवस्था बदलत नाही तोवर जगात सर्वत्रच कमी-जास्त प्रमाणात स्वायत्ततेचा आणि समतेचा अभाव जाणवणार.

हा विषय खूप गुंतागुंतीचा आहे, पण तूर्त त्याचा विचार आपण परमसत्तांच्या इतिहासाच्या अंगाने करू. सन १७७६ मध्ये झालेली अमेरिकन राज्यक्रांती आणि १९१७ मध्ये झालेली रशियन राज्यक्रांती म्हणजे विसाव्या शतकातल्या विश्वव्यवस्थेच्या दोन ध्रुवांचे उदय. अमेरिकन राज्यक्रांती ब्रिटिश वसाहतवादाविरुद्ध झाली, असं म्हटलं जातं. मात्र अमेरिकन राज्यक्रांतीने ब्रिटिशांचं वर्चस्व झुगारलं असलं तरी अमेरिकेतील मूळ रहिवासी इंडियनांचं शिरकाण करून आणि आफ्रिकेतून जबरदस्तीने आणलेल्या निग्रो गुलामांची राबवणूक करून आपल्या ऐश्वर्याचा पाया रचला, हेही खरंच आहे. जॉन ॲडॅम्स याने १७७४ मध्ये म्हटल्याप्रमाणे अमेरिकन स्वातंत्र्याचा उद्देश एक 'स्वतंत्र साम्राज्य उभारणं' हा होता. ज़ी अमेरिका युरोपीय दृष्टीतून नव्या खंडातली 'वसाहत' आहे; तीच अमेरिकन इंडियनांच्या दृष्टीतून 'साम्राज्यवादी आक्रमण' आहे. ज्या अमेरिकेत 'स्वातंत्र्य' हे तत्त्व मोठं, पवित्र आणि मूलभूत आहे, तिथे शेतमळ्यांमध्ये आफ्रिकेतून आणलेल्या गुलामांना राबवून उत्पादन काढलं गेलं. याच गुलामांच्या श्रमातून रेल्वे आणि रस्ते बांधले गेले आणि खाणी खोदल्या गेल्या. अमेरिकेच्या औद्योगिकीकरणाने वेग घेतला तो एकोणिसाव्या शतकाच्या उत्तरार्धात, यादवी युद्धानंतर. अमेरिकेचा तपशीलवार इतिहास पाहिला, तर अमेरिकन उदात्ततेची प्रतिमा सर्वसाधारण मानवी इतिहासाच्या आणि व्यवहाराच्या पातळीवर येते. अमेरिकेत जर भव्य-दिव्य किंवा डोळे दिपवणारं काही असेल तर औद्योगिक भांडवलदारी समाजव्यवस्थेचा वेगवान विकास आणि त्यातून उत्पन्न झालेली वैश्विक परमसत्ता.

एकोणिसाव्या शतकाच्या उत्तरार्धातील एक अमेरिकन परराष्ट्रमंत्री किंवा सेक्रेटरी ऑफ स्टेट, विल्यम सेवर्ड याने अमेरिकेला जागतिक ऐश्वर्य कसं प्राप्त होईल, यासंबंधी आपले विचार मांडले होते. त्याच्या मते आशिया खंड ही जागतिक ऐश्वर्याची गुरुकिल्ली होती. मात्र सेवर्डच्या मते आशिया पादाक्रांत करणं म्हणजे अमेरिकन व्यापार आणि उद्योगाच्या वर्चस्वाखाली आशियाई बाजारपेठा आणणं. वसाहती स्थापन केल्या तर फार मोठे खडे लष्कर तैनात करावं लागतं. उलट बाजारपेठा ताब्यात घेण्यासाठी व्यापार आणि गुंतवणुकांचं रक्षण करणारे तळ मोक्याच्या जागी स्थापन करणं पुरेसं आहे. सेवर्डने म्हटलं होतं की, आशियाई बाजारपेठांसाठी फार मोठी स्पर्धा नजीकच्या भविष्यकाळात होईल. त्यात अमेरिकेचे प्रतिस्पर्धी फ्रान्स, इंग्लंड आणि रशिया हे असतील. "त्यांच्यावर मत्सरी नजरेने बारीक लक्ष ठेवावं लागेल... त्यांचे आपल्याबाबतचे सर्व आडाखे शिताफीने चुकीचे

ठरायला लावले पाहिजेत... आज आपण एक खंडप्राय महासत्ता आहोतच, पण एवढ्याने आपली महत्त्वाकांक्षा पुरी होणार आहे का? मला अशी आशा आहे की, एवढ्यावर तुमची भूक भागणार नाही. तुम्हाला सबंध जगाची बाजारपेठ जिंकायची आहे. पॅसिफिक महासागराच्या दिशेने आपण तिच्यावर नजर लावली पाहिजे. सबंध जगातली परमसत्ता बनू शकण्याची ताकद फक्त पृथ्वीतून जास्तीतजास्त समृद्धी उपसू शकणाऱ्या, जास्तीतजास्त यांत्रिक आणि तांत्रिक बांधणी करू शकणाऱ्या आणि जगाला जास्तीतजास्त माल विकू शकणाऱ्या राष्ट्रांत आहे.'' आपलं अमेरिका हे राष्ट्रच परमसत्तेची भूमिका निभावण्याला पात्र आहे. अशी विल्यम सेवर्डची एकोणिसाव्या शतकाच्या उत्तरार्धात खात्री झालेली होती. याच धोरणाचा पाठपुरावा म्हणून पुढे सन १८६७ मध्ये सेवर्डने रशियाकडून अलास्का राज्य खरेदी केलं. कॅनडावर दबाव आणून कॅनडाला संयुक्त संस्थानांमध्ये सामील व्हायला भाग पाडायचं, असा सेवर्डचा दूरगामी डाव होता. पनामाच्या कालव्यापासून थेट कॅनडा-अलास्काच्या किनाऱ्यापर्यंत प्रभुत्व मिळवून पॅसिफिक महासागरावर वर्चस्व स्थापन करण्याची महत्त्वाकांक्षा सेवर्डच्या धोरणांमध्ये होती. सेवर्डनंतर फ्रेडरिक टर्नरने अमेरिकन लोकशाहीच्या 'कक्षा रुंदावण्या'चा सिद्धान्त मांडला. या सिद्धान्ताचा प्रभाव थिओडोर रूझल्वेट आणि वुड्रो विल्सन या दोन अमेरिकन राष्ट्राध्यक्षांवर होता.

भांडवलशाही अर्थव्यवस्थेत तेजीच्या पर्वापाठोपाठ मंदीच्या लाटा येतात आणि ही बाब अर्थशास्त्राला अजून पूर्णपणे न उमगलेल्या रहस्यांपैकी प्रमुख आहे. मंदीच्या भीतीतून मुक्त होण्यासाठी जे उपाय प्रगत भांडवलशाही राष्ट्रे अवलंबतात, त्यांपैकी एक उपाय म्हणजे आपल्या व्यवहारांची व्याप्ती वाढवणं; उत्पादन वाढवणं; विक्री वाढवणं; गिऱ्हाइकांची संख्या वाढवणं; नव्या बाजारपेठा पादाक्रांत करणं वगैरे व्यवहारांची व्याप्ती वाढवण्याचे मार्ग आहेत. या सर्व प्रक्रिया महायुद्धांशी, तशाच अन्य युद्धांशी निगडित आहेत, असं विसाव्या शतकापुरतं तरी दिसतं. महायुद्धानंतर लागलीच विकास आणि तेजीचा काळ येतो, तर मंदीची लाट ही आगामी युद्धाची सूचना ठरते. लष्करउभारणी आणि संरक्षणाशी संबंधित असे शस्त्रास्त्रनिर्मितीचे उद्योग हे बेकारी निवारणाचे उत्तम उपाय ठरतात, हे ॲडॉल्फ हिटलरने दाखवून दिलं. रॉनल्ड रेगन यांच्या 'स्टार वॉर्स'मागे हा आर्थिक तेजीचा 'सिद्धान्त'ही होताच. सोव्हिएत संघराज्याने शस्त्रास्त्रसज्जतेत कपात करताच अमेरिकन शस्त्रास्त्रोद्योगापुढे दूरगामी पेचप्रसंग उभा राहिला. पश्चिम आशियातलं युद्ध हा अंशत: याचाही परिणाम असावा.

दि. २४ मार्च १९९१

□□□

प्रबोधन की विध्वंस?

औद्योगिक क्रांतीची सुरुवात ज्या इंग्लंड, जर्मनी, अमेरिका आदी पाश्चिमात्य देशांमध्ये झाली, त्यांपैकी इंग्लंड हे औद्योगिक संस्कृतीचं उगमस्थान मानलं जातं. अठराव्या शतकाच्या अखेरीला जेव्हा यंत्रयुगाला सुरुवात होत होती, तेव्हा ब्रिटिशांचं साम्राज्य पृथ्वीच्या पूर्वेस आणि पश्चिमेस, दक्षिणेस आणि उत्तरेस पसरलेलं होतं. साम्राज्यात भारतासारखा प्राचीन काळापासून सुसंस्कृत आणि समृद्ध असा उपखंड होता, त्याचप्रमाणे ऑस्ट्रेलियासारखा नव्याने वसवला जाणारा भूभाग होता आणि कॅनडासारखी वसाहत होती. त्यात कॅरिबियन बेटांचा समूह होता आणि पूर्व तसेच पश्चिम आफ्रिकेतले मोठमोठे देश होते. साम्राज्यात कच्च्या मालाची विविधता होती. कमी दरात वेठीला धरता येण्याजोगे मजूर होते. आर्थिक नियंत्रणाद्वारा राजरोस पिळता येण्याजोग्या बाजारपेठा होत्या.

औद्योगिक क्रांतीचे परिणाम फार दूरगामी आणि गुंतागुंतीचे झाले. आपल्याकडे ढाक्याच्या मलमलीचं उदाहरण आजही आठवलं जातं. अनेक वार लांबीचं, मोठ्या पन्ह्याचं ढाक्याच्या मलमलीचं कापड काड्यापेटीत घडी करून ठेवता येईल किंवा अंगठीतून आरपार खेचता येईल इतकं तलम असायचं. ढाक्याची मलमल भारतात सर्वत्र खपत होतीच, पण तिला आंतरराष्ट्रीय मागणी होती. थोडक्यात, भारतातून निर्यात होणाऱ्या उत्पादित मालाचं ते उदाहरण होतं. साम्राज्यवादी ब्रिटिशांनी आपल्या औद्योगिक व्यापारी स्वार्थाखातर भारतीय मलमलीचा उद्योग नष्ट करून टाकला. औद्योगिक क्रांतीपूर्वी भारतीय वस्त्रोद्योगाचंच नव्हे; तर कलाकुसरीच्या इतर वस्तूंचं उत्पादनही अन्य देशांमध्ये निर्यात होत होतं. प्राचीन काळापासून ज्ञात जगाशी भारताचे व्यापारी संबंध होते. औद्योगिक क्रांतीने या व्यापारी संबंधाचा पायाच बदलून टाकला. जगातले परंपरागत उद्योगांवर जगणारे देश औद्योगिक क्रांतीनंतर आर्थिकदृष्ट्या जास्तीतजास्त मागे पडत गेले. त्यांची साधनसंपत्ती कच्चा माल म्हणून औद्योगिक देश वापरू लागले, तर औद्योगिक देशांमधल्या तयार मालाच्या बाजारपेठा मागास देशच होते आणि त्यांची कार्यशक्ती हे 'विकसित' देश शोषून घेऊ लागले. गेल्या शंभर वर्षांच्या अवधीत पाश्चिमात्य देश आणि 'तिसरं जग' यांच्यामधली सापेक्ष विकासाची दरी प्रचंड वाढलेली आहे.

यातला मुख्य मुद्दा आर्थिक किंवा राजकीय नसून नैतिक आहे. मानवी समतेचा आणि मानवसमूहांच्या सापेक्ष प्रगतीचा समन्वय साधण्याची जबाबदारी मानवावर आहे की नाही? की प्रत्येकाने आपला स्वार्थ साधायचा आणि 'बळी तो कान पिळी'

तत्त्व शिरोधार्य मानायचं? गेल्या शतकात चार्ल्स डार्विनने उत्क्रांतीचा सिद्धान्त मांडला. या सिद्धान्ताचा चलाखपणे इतर क्षेत्रांत दुरुपयोग करून 'रगेल तो तगेल' (डॉ. अनिल गोऱ्यांचं मराठीकरण) किंवा 'सर्व्हायव्हल ऑव्ह द फिटेस्ट' या सूत्राचा संबंध मुक्त आर्थिक स्पर्धेशी आणि साम्राज्यवादी विस्ताराशीसुद्धा जोडला जाऊ लागला.

गेल्या दहा हजार वर्षांत मनुष्यस्वभाव बदललेला नाही. एवढ्या कमी काळात शारीरिक अर्थाने उत्क्रांतीसुद्धा होत नाही. माणसाच्या स्वाभाविक प्रेरणा त्याच राहिल्या आहेत. सामूहिक जीवनात या प्रेरणांचं दमन, शमन आणि नियमन करणं माणसाला भाग पडतं, पण या प्रेरणा व्यक्त करणं हाच माणसाचा आत्माविष्कार असल्यामुळे या ना त्या रूपात तो त्या व्यक्त करतोच. खेळाचं मैदान, व्यापार, उद्योग, संशोधन, कला, वाङ्मय, शेती, गुन्हेगारी, युद्धखोरी अशी बरीवाईट क्षेत्रं मानवी साहसाला मोकळी असतात. यातल्या काही क्षेत्रांत हिंसेचं 'उन्नयन' होतं. प्रतिस्पर्ध्याचा जीव न घेता किंवा त्याला गंभीर दुखापत न करता कुस्ती, मुष्टीयुद्ध, कराटे, कुंग-फू इत्यादी 'खेळ' खेळता येतात. नियमांची बंधनं पाळून आणि कौशल्याच्या कसोटीवर श्रेष्ठत्वाचा निर्णय करून 'अहिंसक' पद्धतीने माणूस खेळ खेळू शकतो आणि मानवाचे सामाजिक व्यवहार हे असे खेळच असतात, असाही एक दृष्टिकोण आहे. मात्र प्रत्यक्ष मानवी व्यवहारात वाढती हिंसा आहे, हे आजच्या बातम्यांपैकी हिंसाचाराच्या, विध्वंसाच्या बातम्यांचं प्रमाण पाहून सहज पटेल.

औद्योगिक क्रांतीमुळे प्रथम समाजाचा पायाच बदलण्याला सुरुवात झाली. औद्योगिक कामगार, मुकादम असा नवा वर्ग निर्माण झाला. औद्योगिक व्यवस्थापक आणि पर्यवेक्षक असा आणखी एक वर्ग उत्पन्न झाला. औद्योगिक उत्पादनाचा व्यापार हे नवं क्षेत्र तयार झालं, तसंच कच्च्या मालाच्या किफायती खरेदीपासून थेट उत्पादित मालाच्या फायदेशीर विक्रीपर्यंतची एक नवीन आंतरराष्ट्रीय प्रक्रिया जन्माला आली. वाहतूक हे क्षेत्र महत्त्वाचं बनलं. रेल्वे, जहाज आणि गोद्यांची बांधणी, पुढे मोटारी व महामार्ग आणि मग हवाई वाहतूक यांचा विकास होत गेला.

औद्योगिक क्रांतीने वसाहतवाद आणि साम्राज्यवाद यांचाही अर्थ बदलून टाकला. एकेकाळी जगभर अरण्यांवर उपजीविका करणाऱ्या लोकांवर शेतीसाठी जंगलतोड करून जमिनींवर कबजा मिळवणाऱ्या शेतकी संस्कृतीचं आक्रमण झालं होतं. आता अरण्यांवरच नव्हे, तर शेती करणाऱ्या क्षेत्रांवरसुद्धा औद्योगिक संस्कृतीचं आक्रमण होऊ लागलं. या आक्रमणाचं स्वरूप फार गुंतागुंतीचं आहे. परस्परांशी विसंगत अशा जीवनमूल्यांचा त्यात अटळ संघर्ष आहे. आपल्यापेक्षा औद्योगिकदृष्ट्या मागासलेल्या लोकांचा कच्चा माल शक्यतो फुकट किंवा अत्यंत कमी किमतीत हस्तगत करणं;

निव्वळ शारीरिक कष्ट आणि श्रमाला सुशिक्षित औद्योगिक कौशल्यापेक्षा कमी मजुरी देणं आणि कमीतकमी माणसांचा उपयोग करून जास्तीतजास्त उत्पादन करणाऱ्या यंत्रांना प्राधान्य देणं आणि त्यांच्यात जास्त भांडवल गुंतवणं अशा अनेक गोष्टी सुरू झाल्या. मानवी समाजांमधली आणि विविध मानवसमूहांतली विषमता वाढत गेली. पृथ्वीवरल्या मानवसमूहांचं सांस्कृतिक संतुलन अशक्य झालं आणि 'रगेल तो तगेल' हा डार्विनी 'नियम' संस्कृतींनाही लागू पडू लागला. औद्योगिक क्रांतीनंतर नष्ट झालेल्या भाषा आणि संस्कृतींची संख्यासुद्धा अचानक नष्ट होऊ लागलेल्या प्राण्यांच्या आणि वनस्पतींच्या प्रजातींइतकीच मोठी आहे.

औद्योगिक क्रांतीनंतरच दर सुमारे अठ्ठावीस वर्षांनी मानवी लोकसंख्या दुपटीने वाढण्याची सध्याची गती रूढ झाली. आज जगात सुमारे साडेपाचशे कोटी माणसं आहेत. जीवसृष्टीतल्या एकूण प्रजातींमध्ये संख्येनेसुद्धा माणसाचं प्रमाण सापेक्षतः वाढत चाललं आहे, असं अनुमान करता येतं. औद्योगिक संस्कृतीच्या जीवनशैलीमुळे निसर्गाच्याही संतुलनावर सतत आघात होत आहेत, हेही आपण बघतो आहोत.

गेल्या शतकापासून रसायनशास्त्रात जी प्रगती झाली ती औद्योगिक क्रांतीचाच एक पैलू आहे. यामुळे मानवाच्या दैनंदिन जीवनात जैविक किंवा नैसर्गिक द्रव्यांची जागा रासायनिक पदार्थांनी घेतली. वैद्यकशास्त्रात रासायनिक औषधांनी वनस्पतीजन्य औषधांचं स्थान पटकावलं. सेंद्रीय खतांची जागा रासायनिक खतांनी घेतली. रासायनिक कीटकनाशकं प्रचंड प्रमाणात वापरली जाऊ लागली. विषारी वायूंनी पृथ्वीचं पर्यावरण भरून जाऊ लागलं. दुसरीकडे मानवी जगात पाहावं तर विषमता आणि अस्वास्थ्य वाढतच चाललेलं आहे!

दि. ७ एप्रिल १९९१

□□□

‘हिंदुलँड’ आणि नवं जग

गेल्या वर्षी ‘दि इकॉनॉमिस्ट’ या ब्रिटिश नियतकालिकात ब्रायन बीडहॅम नावाच्या लेखकाचा ‘अ सर्व्हे ऑफ डिफेन्स अँड द डेमॉक्रसीज’ असा लेख प्रकाशित झाला होता. (१सप्टेंबर १९९०) या लेखासोबत ‘जगाचा नवा आणि अचूक नकाशा’ म्हणून एक नकाशाही छापला होता. तो इथे मुद्दाम उद्धृत केलेला आहे.

लेखक ब्रायन बीडहॅम यांचं म्हणणं थोडक्यात असं की, जमिनीच्या खंडांनुसार जगाचा नकाशा काढण्यापेक्षा विचारधर्मानुसार तो नव्याने काढला, तर आपल्या बौद्धिक प्रयासांचं सार्थक होईल. या नव्या नकाशात त्याने उत्तर अमेरिका आणि पश्चिम युरोप जोडून एकत्र केलेले आहेत. यात फिनिश, बाल्टिक, पोलिश, हंगेरियन आणि उत्तर युगोस्लाव्हियन लोकांचा समावेश आहे.

या युरो-अमेरिकेचा सर्वात जवळचा शेजारी युरो-आशिया आहे. लेनिनग्राड आणि ब्रेलगाड या अनुक्रमे रशियन आणि युगोस्लाव्ह शहरांपासून थेट व्हलाडिव्होस्टॉक आणि कामचाटकापर्यंत हा भूखंड पसरलेला आहे. लेखकाच्या मते दोन भूखंड पूर्वी एक सलग प्रदेश होते, पण सुमारे पाचशे वर्षांपूर्वी ते विभक्त होऊ लागले. यांच्या दक्षिणेला आहे ‘इस्लामिस्तान’. बारकाईने पाहिल्यास त्यात उत्तर आफ्रिका, पश्चिम आशिया आणि थेट इंडोनेशियापर्यंतचे आग्नेय आशियाचे भूभाग चिकटवलेले दिसतात. (नकाशात दक्षिण अमेरिका आहे, पण पूर्व, पश्चिम आणि दक्षिण आफ्रिका नाहीच; तसंच ऑस्ट्रेलियासुद्धा अदृश्य झालेला आहे.) भारतीय उपखंड यांपासून दूर आणि विभक्त असून त्याचं नाव ‘हिंदुलँड’ ठेवण्यात आलेलं आहे, तर चीन, जपान आणि कोरियासकट सगळा पूर्व आशिया एकत्र जोडून त्याला ‘कन्फ्यूशियाना’ असं नाव देण्यात आलेलं आहे.

ही ‘विचारधर्मानुसार केलेली विभागणी’ एक प्रकारचं भाकीत आहे. ते आपल्याला पटो वा न पटो, त्याची चर्चा करणं आवश्यक आहे. कारण ती जगाच्या सापेक्ष लष्करी सामर्थ्याची आणि लोकशाहीच्या भवितव्याची चिकित्सा करणाऱ्या एका पाश्चिमात्य समीक्षकाची ताजी विचारसरणी आहे. या विचारसरणीचा मध्यवर्ती दावा असा आहे की, युरोप आणि अमेरिका यांच्यात काहीतरी मोठा सामाईक मालकीचा वारसा आहे, जो इतर कोणत्याच ‘सांस्कृतिक भूखंडा’मध्ये आढळत नाही. लेखकाने या वारशाला ‘रेरिई’ असं नाव दिलं आहे. म्हणजे रेनेसान्स, रिफर्मेशन अँड एनलायटनमेंट ऊर्फ पुनरुत्थान, निर्मिती आणि प्रबोधन. युरोपच्या इतिहासात गेली पाचशे वर्षं चालू असलेल्या सामाजिक-सांस्कृतिक प्रक्रियेचा हा संदर्भ आहे. धर्म,

कला, वाङ्मय, राजकारण, अर्थकारण, विज्ञान, तंत्रज्ञान, तत्त्वज्ञान अशा सर्वच क्षेत्रांमध्ये ही प्रक्रिया चालू आहे. या प्रक्रियेचे पडसाद आणि परिणाम जरी युरो-अमेरिकेच्या परिघाबाहेर जाणवत असले तरी या प्रक्रियेचं माहेरघर आणि जन्मस्थान युरो-अमेरिका हेच आहे आणि म्हणून हा एक सलग वेगळा 'सांस्कृतिक भूखंड' आहे, असा लेखकाचा दावा आहे.

आज सोव्हिएत संघराज्यात आणि पूर्व युरोपात चालू झालेली पुनर्रचना पाहिली; नुकत्याच पश्चिम आशियात झालेल्या अनिर्णित युद्धाचा विचार केला; आपल्या स्वत:च्या दक्षिण आशियातील अस्वस्थ चलबिचल ध्यानात घेतली, तर मग वरील सिद्धान्ताबद्दल काय वाटते?

विसाव्या शतकातल्या राजकीय आणि आर्थिक चढाओढींचा अंतिम ताळेबंद मांडताना अमेरिकेच्या वर्चस्वाबाबत कोणीच शंका घेऊ शकणार नाही. एक प्रकारचं अदृश्य अमेरिकन साम्राज्य अस्तित्वात आहेच आणि या ना त्या रूपाने ते सोव्हिएत संघराज्य आणि चीनसारख्या समाजवादी देशांकडून आणि जपानसारख्या प्रगत भांडवलशाही देशाकडूनही खंडणी वसूल करत आहे, असं म्हणता येईल. 'जगाबाहेर' म्हणजे जगावेगळं राहून जगावर राज्य करणारा हा अमेरिकन साम्राज्यवाद मानवी इतिहासातलं एक नवं प्रकरण आहे, पण जुन्या साम्राज्यांचे धडे त्यालाही लागू पडणार नाहीतच, असं म्हणता येणार नाही. रोमन, बायझंटाईन आणि ब्रिटिश साम्राज्यांची उदाहरणं त्याला गैरलागू ठरतील का, हे अजून ठरायचं आहे.

रेनेसान्सपासून सुरू झालेल्या प्रक्रियेचा तंत्रवैज्ञानिक आणि अर्थकारणात्मक परिपाक म्हणजे औद्योगिक क्रांती. ग्रेट ब्रिटनमध्ये अठराव्या शतकाच्या अखेरीला तिचा प्रारंभ झाला. एकोणिसाव्या शतकापासून उत्तर अमेरिकेत या क्रांतीने प्रचंड वेग घ्यायला सुरुवात केली. मोटार, विमान, विजेवर चालणारी उपकरणं, रासायनिक उत्पादनं, इलेक्ट्रॉनिक उत्पादनं, अणुशक्ती आणि अण्वस्त्रं, अवकाशयानं आणि क्षेपणास्त्रविद्या अशा विविध क्षेत्रांत अमेरिकेने जितके शोध लावले आणि जितक्या उत्पादनयंत्रणा उभारल्या, तितक्या इतर कोणत्याही एका राष्ट्राला उभारता आल्या नाहीत. आधुनिक उत्पादनव्यवस्थेचा सर्वात जास्त व्यापक असा सामाजिक पाया उभारण्याचं श्रेय अमेरिकेला द्यावं लागेल. यात ज्ञानसाधनं आणि संशोधनासाठी झटणाऱ्या शिक्षणसंस्थांपासून थेट प्रतिभावंत संशोधक, तंत्रज्ञ आणि व्यवस्थापकांपर्यंत सर्व तऱ्हेचे हुन्नरी लोक उपयोगात आणणाऱ्या उद्योगधंद्यांपर्यंत सर्व प्रकारच्या व्यवस्था मोडतात. अमेरिका हा देशांतर करणाऱ्यांचा देश आहे. तिथे गुणांना वाव मिळतो आणि कष्टाला योग्य मोल असा बोलबाला आहे. त्यामुळे जगभरचे लोक तिथे जाऊन आपापलं नशीब आजमावतात. पैसा या एकाच मुख्य आणि मूलभूत

जगाचा नवा आणि अचूक नकाशा

मूल्याबाबत एकवाक्यता असलेले ठिकठिकाणचे लोक आपापली मूळ संस्कृती सोडून अमेरिकेत स्थायिक झाले, पण त्यांच्या पुढल्या पिढ्या मात्र जन्मजात अमेरिकन होत्या.

अमेरिकन संस्कृतीच्या केंद्रस्थानी आपणच आहोत, असं तिथले 'वॉस्प' ऊर्फ 'व्हाइट, अँग्लो सॅक्सन, पर्सन' लोक मानतात. त्यांची इंग्रजी भाषा ही अमेरिकेची राष्ट्राभाषा आहे. मात्र जर्मन, डच, इटालियन, स्कँडिनेव्हियन, ग्रीक, पोलिश अशी नाना युरोपियन मंडळी तिथे पोहचली. पुढे आशिया, आफ्रिका, लॅटिन अमेरिका या खंडांमधलेही लोक आले. यांच्या संस्कृतिसंकरामुळे अमेरिकन संस्कृतीत कमालीची विविधता यायला पाहिजे होती. ते मात्र झालेलं नाही. उलट आपल्या 'हिंदुलँड'मध्ये संस्कृतिसंकरामुळे आलेली, पारखून वाढवली गेलेली जी विविधता अजाणतेपणी विकसित झालेली आहे, तिचा अमेरिकेत अभाव आहे. अर्थात, 'हिंदुलँड'मध्ये जर आडमुठ्या 'हिंदुत्वा'चे धार्मिक राजकारण नसते आणि बहुसांस्कृतिक पुनरुत्थानाला योग्य ते आत्मभान असते, तर औद्योगिक संस्कृतीच्या आंधळ्या आणि आत्मघातकी सुसाटपणाला आवरणारा प्रगल्भ सांस्कृतिक पर्याय सबंध जगाला देण्याची क्षमता या 'हिंदुलँड'मध्येच असती.

जगाच्या नकाशाचा आणि लोकसंख्येचा साकल्याने विचार केला तर युरो-अमेरिका म्हणजे केवळ एकतृतीयांश जग हे सहज दिसेल. उरलेल्या दोनतृतीयांश जगात 'युरो-आशिया', 'इस्लामिस्तान', 'कन्फ्यूशियाना' आणि 'हिंदुलँड' मोडतात. यांच्यात संकर आणि समन्वय, विविधता आणि एकात्मता याचा प्रदीर्घ सामाजिक अनुभव फक्त 'हिंदुलँड'वासीयांना आहे.

दुर्दैवाने शतकाच्या या शेवटच्या दशकात 'हिंदुलँड'चेच तुकडे पडतील की काय, अशी भीती वाटण्याजोगी परिस्थिती आहे. जगाचं केंद्र युरो-अमेरिकेत स्थिरावू न देता त्याचा बहुकेंद्री विकास होऊ देणं, हे युरो-अमेरिकेच्या बाहेर राहिलेल्या दोनतृतीयांश जगाचं सामाईक उद्दिष्ट असलं पाहिजे. या दृष्टिकोणाचं नेतृत्त्व 'हिंदुलँड'च समर्थपणे करू शकेल. अर्थात, स्वतःची बहुसांस्कृतिक लोकशाही टिकवली तरच!

दि. १४ एप्रिल १९९१

□□□

गरिबी-श्रीमंतीची मुळं

अमेरिका – म्हणजे युनायटेड स्टेट्स – एका बाजूला आणि उरलेलं सगळं जग दुसऱ्या बाजूला अशी परिस्थिती निर्माण होण्याची शक्यता कितपत आहे? अमेरिकेचं राष्ट्रीय उत्पन्न आज दरसाल जपानच्या अडीचपट आणि जर्मनीच्या पाचपट आहे. त्यातल्या त्यात अमेरिकेला तुल्यबळ औद्योगिक देश हेच. त्र्याण्णव लाख सत्तर हजार चौरस किलोमीटर एवढा प्रचंड भूभाग सोव्हिएत संघराज्याने व्यापलेला असला (म्हणजे दोन कोटी चोवीस लाख चौरस किलोमीटर), तरी सोव्हिएत संघराज्यातले दरसाल दरडोई उत्पन्न तीन हजार अमेरिकन डॉलर आहे. तर अमेरिकेत ते एकोणीस हजार सातशे पन्नास अमेरिकन डॉलर आहे. सोव्हिएत संघराज्यातल्या सरासरी नागरिकाला क्रांतीचा आणि समाजवादाचा सातच दशकांमध्ये कंटाळा का आला, हे यावरून कळण्यासारखं आहे. तुलनेने चीनचं दरसाल दरडोई उत्पन्न तीनशे पन्नास अमेरिकन डॉलर आहे, तर भारताचे तीनशे तेरा अमेरिकन डॉलर आणि दक्षिण अमेरिकेतल्या आकाराने सर्वात मोठ्या ब्राझीलचे एक हजार सातशे चाळीस डॉलर! दरसाल दरडोई उत्पन्नात जपानचा क्रमांक वरचा लागतो. तिथे तेवीस हजार तीनशे अठ्ठावन्न डॉलर कमावले जातात. मात्र अमेरिकेच्या लोकसंख्येच्या अर्ध्याहून कमी जपानची लोकसंख्या असून ती चिंचोळ्या बेटांच्या समूहावर दाटीवाटीने वसलेली आहे आणि तिथे नैसर्गिक साधनसंपत्तीचा सापेक्ष तुटवडाच आहे. अमेरिकेत नैसर्गिक साधनसंपत्ती भरपूर आहे. लोकसंख्या वाजवी प्रमाणात आहे. औद्योगिक उत्पादनाचा प्रचंड विकसित पाया आहे. शेतमालाचं, अन्नधान्याचं, मांसाचं आणि दूधदुभत्याचं भरपूर उत्पादन आहे.

या तुलना जरी निव्वळ आकड्यांच्या आधाराने करण्याजोग्या नसल्या तरी अमेरिका आणि उरलेलं जग यांच्यातली तफावत कळून यायला त्या पुरेशा बोलक्या आहेत. मात्र अमेरिकन समाजाला या आर्थिक सामर्थ्याची किंमतही तितकीच मोठी चुकवावी लागत आहे. अमेरिकेतलं गुन्हेगारीचं प्रमाण आणि स्वरूप गुंतागुंतीने वाढतच चाललं आहे. मनोरुग्णांच्या प्रमाणातही लक्षणीय वाढ आहे. वांशिक तणाव वाढत आहेत. रोजगारासाठी गरीब देशांतून अमेरिकेत देशांतर करून येणाऱ्यांची परिस्थिती दरसाल पूर्वीच्या मानाने जास्त बिकट होत जाणार आणि हा लोंढा लवकरच थोपवावा लागणार, असं दिसत आहे. मुख्य म्हणजे खुद्द अमेरिकन नागरिकांना आपली ही सापेक्ष श्रीमंती फारशी जाणवत नाही किंवा समाधानकारक वाटत नाही. पैसा या अंतिम मूल्यावर आधारलेल्या स्पर्धिष्णू इहवादाचं भवितव्य अमेरिकेच्या

उदाहरणावरून ठरणार आहे. व्यक्तिकेंद्रित समाजव्यवस्था कुठवर टिकाव धरू शकते, याचीही इथेच कसोटी आहे.

गेल्या शतकात ॲडम स्मिथ आणि कार्ल मार्क्स यांनी केलेल्या अर्थशास्त्रीय चिकित्सेनंतर अर्थातच प्रत्यक्षातलं जागतिक अर्थकारण अधिकाधिक गुंतागुंतीचं होत गेलं, पण ॲडम स्मिथच्या मॉडेलवर आधारलेली आर्थिक संस्कृती एकूण आंतरराष्ट्रीय चढाओढीत टिकली, तर रशियन आणि चिनी क्रांतीचे मार्क्सवादी प्रयोग शतकाअखेर अपयशी ठरले, असं वरकरणी दिसतं. मात्र भांडवलशाही अर्थव्यवस्थेचं आंतरराष्ट्रीयीकरण आणि नंतर पुढे विश्वात्मीकरण झालं, तर मग पुन्हा मार्क्सची चिकित्सा मूलभूत स्वरूपात स्वीकारावी लागेल की काय, याचं उत्तर अजून आपल्याला देता येत नाही.

रेनेसान्स आणि रिफर्मेशनच्या म्हणजे पुनरुत्थान आणि पुनर्निर्मितीच्या पर्वात माणूस हा सामाजिक प्रक्रियांचा मानदंड होता. प्रबोधनाच्या काळात तर माणूस हा निसर्गाचा नियंता आणि अंतिम भोक्ता मानला जाऊ लागला. औद्योगिक क्रांतीने ज्या इहवादी, भोगवादी स्पर्धेच्या अर्थकारणाला जन्म दिला, त्याने मात्र माणसाच्या सर्वांगीण विकसित व्यक्तिमत्त्वाची संकल्पनाच संकुचित आणि खुरटी बनवून टाकली. मार्क्सने जो आत्मच्युतीचा प्रश्न उपस्थित केला, तो आधुनिक मानवापुढे कायम उभा असलेला प्रश्न आहे. मार्क्सच्या जडवादानेसुद्धा हा (खरेतर) 'आध्यात्मिक' प्रश्न विचारला, तसाच तो निरीश्वरवादी आणि ईश्वरवादी अशा दोन्ही प्रकारच्या अस्तित्ववाद्यांनीही विचारला. विसाव्या शतकात पुढे आलेल्या मानसशास्त्राने निराळ्या पातळीवर हाच प्रश्न सोडवण्याचा प्रयास केला.

मनुष्य असण्याचा अर्थ काय? मनुष्याने नेमकं काय काम आणि कशासाठी करावं? मनुष्याने कसं आणि का जगावं? माणसाच्या सामूहिक जीवनाचं प्रयोजन काय? मानवतेचं असं काही सामूहिक कर्तव्य आहे काय? मानवी इतिहासाला आणि मानवाच्या नैसर्गिक उत्क्रांतीला काहीएक निश्चित आणि श्रेयस्कर दिशा आहे का? पाश्चिमात्य जगातच हेही प्रश्न विचारवंतांनी, तत्त्वज्ञांनी, कलावंतांनी, वाङ्मयनिर्मात्यांनी त्या शतकात उपस्थित केले.

देकार्तप्रणीत बुद्धिवादाच्या आणि विज्ञाननिष्ठ जडवादाच्या मर्यादा या शतकात वारंवार तपासल्या गेल्या. त्याचप्रमाणे मार्क्सवादी 'जडवादा'चंही पितळ तपासलं गेलं.

उपभोक्ताकेंद्रित व्यक्तिनिष्ठ समाजात एक मोटार विकून नवी घेणं आणि एका पत्नीला घटस्फोट देऊन दुसरी करणं या समान गोष्टी ठरल्या. मुलं आई-बापावेगळी वाढणं सोयीस्कर म्हणून श्रेयस्कर मानलं जाऊ लागलं. 'एकटेपणा' आणि 'मानसिक

औदासीन्य' हे या शतकात सर्वत्र वाढत्या प्रमाणात आढळणारे रोग आहेत. बेदम आणि निरंतर स्पर्धेमुळे थकून जाणारी किंवा पंगू बनणारी माणसं, सतत जीवनमान उंचावण्याच्या धडपडीमध्ये जीवनानुभवालाच मुकणारी माणसं, न्यूनगंडाने पछाडलेली आणि धास्तावलेली माणसं, उद्ध्वस्त कुटुंबं, धसणारी नातीगोती, सतत स्थलांतर करावं लागल्यामुळे जन्मस्थानाला दुरावलेली माणसं... विसाव्या शतकात प्रगत देशांत हेच दृश्य आहे आणि प्रगत देशांचं झपाट्याने अनुकरण करणाऱ्या 'विकसनशील' देशांमध्ये 'विकासा'च्या नावाने हीच दुखणी विकत घेतली जात आहेत.

मनुष्य आणि मनुष्यत्व हे आता आपले मुख्य मानदंड उरलेले नाहीत. 'पूर्णत्व' ही संकल्पना आता अपरिचित होत चाललेली आहे. 'हेतू', 'उद्देश', 'अर्थपूर्ण कृती', 'ध्येय', 'श्रेय', 'मुक्तीचा अनुभव' वगैरे शब्दप्रयोग कुचकामाचे ठरवले जात आहेत. पारितोषिकाच्या मोहाने 'श्रेयस्कर' वागणूक शिकत शिकत 'योग्य' वागणारा वर्तनवादी मॉडेलचा माणूस आपल्या सध्याच्या अर्थव्यवस्थेला अभिप्रेत आहे. 'योग्य' वागणुकीची त्याला पारितोषिकं मिळत राहतीलच. (खरंतर 'लालूच' किंवा 'लाच' म्हणणं योग्य ठरेल.) ती पारितोषिकं मौल्यवान आहेत असंही त्याला अगोदरच पटवून दिलेलं असेल. प्रचाराची आणि संमोहनाची प्रभावी इलेक्ट्रॉनिक माध्यमं उपलब्ध असताना माणसांचं व्यवस्थापन करणं काही अवघड राहिलेलं नाही. माणूस हा एक गुंतागुंतीचा पशू असला तरी त्याला सोपा, सरळ करून हाताळणं विज्ञान-तंत्रज्ञानाला शक्य आहे.

एक प्रकारचा सांस्कृतिक गाफीलपणा आणि नैतिक गुंगी जगभर फैलावत आहे आणि युरोप-अमेरिकेत याचा उगम आहे. आपण अडाणी आहोत; बुभुक्षित आहोत ही गोष्ट वस्तुनिष्ठ अर्थाने खरी आहे. तरीही आपण युरोप-अमेरिका बनणं हाच आपल्या प्रगतीचा आणि विकासाचा एकमेव मार्ग आहे, असं मानणं ही एक घोर चूक ठरेल. वैज्ञानिक संशोधनालाही पर्यायी क्षेत्रं उपलब्ध असतात आणि तंत्रज्ञानाच्या वापरालाही व्यापक सांस्कृतिक समर्थनाची आवश्यकता असते, याचा विसर पडून चालणार नाही.

आपण युरो-अमेरिकन आदर्श स्वीकारून 'लायनी'त यायचं की येत्या शतकात अर्थकारणाला सांस्कृतिक संदर्भ देऊन आपली पर्यायी व्यवस्था जगासमोर ठेवायची, हे आव्हान आपल्यापुढे आहे.

दि. २९ एप्रिल १९९१

□□□

माणसाचं अवमूल्यन

भारतीय नागरिकाची सरासरी रोख किंमत काय, असा प्रश्न बऱ्याचदा पडतो. रस्त्यातल्या भिकाऱ्याला मोटारीने धडक देऊन तो ठार झाला, तर त्याच्या नातेवाइकांना नुकसानभरपाई किती मिळते? रेल्वे अपघातात किंवा एस.टी.च्या अपघातात मरण पावलेल्यांची 'किंमत' दहा हजार रुपयांच्या आतच असते. विमान अपघातात मेलेल्यांना मात्र याहून बरा 'भाव' दिला जातो. विषारी वायुग्रस्त भोपाळच्या लाखो नागरिकांना युनियन कार्बाईड या अमेरिकन कंपनीने फारच कमी भरपाई दिली, अशी तक्रार आपण करतो, पण भारतीय नागरिकांच्या जिवाचं काहीएक किमान मूल्य मानदंड म्हणून आपण स्वीकारत नाही. किमान आणि समान जीवनमूल्यांवर आधारलेली व्यवस्था खरोखरच हवी असेल, तर जन्मतःच असं मूल्य हक्काच्या रूपाने प्रत्येकाला मिळायला हवं.

असो. हे माझे विचार खोडून काढायला अनेक लोक सरसावतील हे मला ठाऊक आहे. त्यांच्या कानावर मी एक जुनीच बातमी पुन्हा घालणार आहे. ती म्हणजे विसाव्या शतकात सर्वच क्षेत्रांमध्ये आणि सर्वच पातळ्यांवर माणसाचं अवमूल्यन झालेलं आहे.

या शतकात युद्धात मारल्या गेलेल्या लोकांची आकडेवारी मागेच दिली होती. कोट्यवधी माणसांचे दोन महायुद्धांत आणि इतर लहान-मोठ्या युद्धांत बळी गेलेले आहेत. हिरोशिमा आणि नागासाकीवर अणुबॉम्ब टाकून युद्धात निःशस्त्र आणि निरपराध नागरिकांचं शिरकाण करण्याचा नवा विक्रमही याच शतकात केला गेलेला आहे. या शतकात दुष्काळात आणि इतर नैसर्गिक आपत्तींमुळे कोट्यवधी माणसं बळी गेली आहेत. त्यांतली लाखो माणसं वेळेवर मदत देऊन वाचवता आली असती. रोगाच्या साथींमुळे अशीच लाखो माणसं जगभर मरून गेलेली आहेत आणि आता प्रदूषणामुळे हवापाण्याची खराबी होऊन दुर्धर रोगांना बळी पडणाऱ्यांची त्यात भर पडते आहे.

या सर्व प्रकारच्या मृत्यूंची जबाबदारी आपल्यावर आहे. कारण ते मानवनिर्मित आहेत, पण दररोज शस्त्रास्त्रांवर आणि लष्करांवर अब्जावधी डॉलर खर्च करणाऱ्या आपल्या समकालीन जगाला त्याची पर्वा दिसत नाही. वैद्यकशास्त्रासकट जीवविज्ञानाच्या इतर शाखांमधल्या संशोधनावर आणि उत्पादनांवर त्याचप्रमाणे जगातल्या साडेपाचशे कोटी लोकांना दररोज किमान अन्नपुरवठा करण्यावर हाच पैसा खर्च झाला, तर जगातल्या प्रत्येक व्यक्तीची कार्यक्षमता वाढेल; स्वास्थ्य वाढेल आणि बरेचसे तणाव सैल होतील.

विज्ञान आणि तंत्रविज्ञानाच्या विकासामुळे माणसाची सदसद्‌विवेकबुद्धी जागृत होणं अटळ नाही हे विसाव्या शतकाने सिद्ध केलेलं आहे. ज्याप्रमाणे धार्मिकतेचा आणि नैतिकतेचा संबंध अपरिहार्य नाही, त्याचप्रमाणे बुद्धिवादाचं आणि नीतीचंही अतूट नातं नाही. विवेकामध्ये बुद्धीखेरीज इतर अनेक सूक्ष्म घटकांचा, संवेदनांचा, जाणिवांचा, प्रेरणांचा आणि संस्कारांचा समावेश असतो. मुख्य म्हणजे आपल्या उपजत प्रेरणा आणि क्षमतांचं समाधान करताना आपल्याला सतत निवडी कराव्या लागतात; पर्याय शोधावे लागतात; निर्णय घ्यावे लागतात आणि हे निर्णय नेहमीच तातडीचे, तात्पुरत्या गरजेपोटी घेतलेले असून चालत नाही, तर ते आपल्या एकूण जीवनाच्या व्यापक संदर्भात घ्यावे लागतात. आपण एक सामाजिक प्राणी असल्यामुळे ते आपल्याला सामूहिक कल्याणाच्या संदर्भात घ्यावे लागतात.

या गोष्टी जरी शाळकरी मुलांनासुद्धा नागरिकशास्त्रात शिकवल्या जात असल्या तरी आपल्या प्रौढ समाजजीवनातही त्या अभावानेच पाळल्या जातात.

एकोणिसाव्या शतकात पाश्चिमात्य संस्कृतीने ज्या मूलभूत गृहीतकृत्यांचा स्वीकार केला, त्यात 'प्रबुद्ध स्वार्था'ची संकल्पना मोडते. 'प्रबुद्ध स्वार्थ' म्हणजे आपल्या बुद्धीचा उपयोग करून जास्तीतजास्त माहितीच्या आणि अनुभवाच्या कसोटीवर आपल्या वागणुकीचा मार्ग ठरवणं, यात आपला फायदा कशात आहे आणि तोटा कशात आहे, याचं गणित तर मोडतंच; पण जास्तीतजास्त फायदे आणि कमीतकमी तोटे याचा तपशीलवार विचारही येतो. मुक्त आर्थिक व्यवहाराच्या तत्त्वज्ञानाच्या मुळाशी हे गृहीत आहे. सर्व माणसं याच तत्त्वानुसार वागतात. कारण स्वत:चं बरे-वाईट कळण्याची उपजत क्षमता प्रत्येकात आहे आणि ज्यांना स्वत:चं बरे-वाईट कळू शकत नाही, ते उत्क्रांतीच्या शर्यतीत टिकायला नालायक आहेत, असा विचारही प्रसृत झालेला होता.

माणसांनी एकमेकांची म्हणजे पर्यायाने सबंध मानवी कुटुंबाची काळजी घ्यावी, अशीही उपजत प्रेरणा आपल्यात आहे. मुंग्या, मधमाशा, वाळवी यांच्यासारख्या 'सामाजिक' कीटकांमध्ये जशी नैसर्गिक सामाजिकता आढळते, तशीच ती माणसातही आढळते. फारच काय स्वत:च्या प्रजातीपलीकडच्या जीवसृष्टीतल्या परस्परावलंबी संबंधांच्या जाळ्याला आपण बांधलेलो आहोत, हे कळण्याइतकी बौद्धिक क्षमतासुद्धा मनुष्यप्राण्यात आहे. इतकं असूनही माणसाच्या 'प्रबुद्ध स्वार्था'चा त्याला महायुद्धं टाळण्यासाठी कोणताही उपयोग झालेला नाही. वंश, धर्म, संस्कृती, राष्ट्रीयत्व, संघटना, समूह इत्यादींच्या खातर माणसं एकमेकांवर हिंस्र, हिंसक, विध्वंसक आक्रमणं करतात. शांततामय, नियमबद्ध आणि नैसर्गिक मर्यादा पाळणारी 'खेळ'वजा स्पर्धा बाजूला राहून शस्त्रास्त्रांची आणि रणांगणाची निकराची भाषा

वापरणंच माणूस पसंत करतो. पौरुषाच्या, शौर्याच्या, क्षमतेच्या, सामर्थ्याच्या, वरचढपणाच्या माणसाच्या कल्पना आणि त्याचे निकष हे अजूनही अरण्यातल्या किंवा गुहेत राहणाऱ्या पाशवी आदिमानवाचेच आहेत. सामाजिक आणि सामूहिक पातळीवर माणूस आजही मागासलेलाच आहे. याचं कारण स्वत:च्याच प्रजातीवर उलटण्याच्या त्याच्या प्रवृत्तीला जोपासणारे तथाकथित धर्म, विचारप्रणाली आणि संस्कृती. जणू काय इतर माणसांचं वाईट झाल्याखेरीज आपलं सापेक्षत: भलं होणार नाही, अशी शिकवणच लहानपणापासून माणसाला मिळते. आपण परंपरेनुसार ज्यांना 'षड्‌रिपू' मानतो ते सगळेच्या सगळे सामाजिक किंवा व्यक्तीव्यक्तींमधल्या संबंधांकडे बघण्याच्या दृष्टिकोणातले दोष आहेत. मानवी जीवनातल्या मूलभूत विषमतेचे ते निर्देशक आहेत, असंही म्हणता येईल. आपल्या असंतुलित स्वभावाचं ओझं कायम आपल्याच खांद्यावर आहे. विसाव्या शतकाच्या अखेरीला डोळे दिपवणारी तंत्रवैज्ञानिक प्रगती केलेला माणूस माणुसकीच्या बाबतीत मात्र पार गोंधळलेला आहे.

दि. २८ मार्च १९९१

□□□

ढासळणारी संस्कृती

विसाव्या शतकात माणूस स्वस्त होत चालला असला तरी सर्व माणसं एका भावाने गणली जात नाहीत. कुर्दिस्थानातले निर्वासित, आफ्रिकेतले भूकबळी, बांगलादेशातले चक्रीवादळाच्या तडाख्याने लोळवलेले लोक घ्या. चालू बातम्यांच्या मथळ्यात झळकणारी ही लाखो दुर्दैवी माणसं आपलीच समकालीन आहेत. ह्या शतकाने त्यांना नेमकं काय दिलं? ह्या माणसांसारखी अवस्था युरो-अमेरिकन लोकांची होऊ शकते का? शक्यच नाही. पश्चिम युरोप, उत्तर अमेरिका आणि जपान या देशांनी विकासाची आणि व्यवस्थापनाची अशी पातळी गाठलेली आहे की तिथे वरील प्रकारचे मानवी बळी संभवतच नाहीत. पूर्व युरोपची स्थिती तूर्त नाजूक असली तरी तो भाग हळूहळू पाश्चिमात्य किंवा युरो-अमेरिकन व्यवस्थेत सामावला जाणार आहे. जपानसुद्धा याच अवस्थेचा भाग आहे. तुर्कस्थानसुद्धा पुढे मागे याच व्यवस्थेत सामावला जाईल. इस्त्राईल याच भागात मोडेल.

मात्र पश्चिम आशियात अन्यत्र पाऊल टाकताच हे दृश्य नाट्यपूर्ण रीतीने पालटून जाईल. इस्लामी जगाच्या पश्चिम सरहद्दीवरील तुर्कस्तान आणि इस्लामी जगाच्या भूमध्यसमुद्री किनाऱ्यावरला इस्त्राईल यांचे आर्थिक लष्करी आणि सांस्कृतिक संबंध युरो-अमेरिकन जगाकडे झुकणारे आहेत. याउलट पश्चिम आशियात इराक आणि इराण ह्या बलाढ्य आणि इस्लामी संस्कृतीला घट्ट बांधलेल्या सत्ता आहेत. पैकी इराकमध्ये अरब वंशाचं वर्चस्व आहे आणि म्हणून अरबपणाच्या कसोटीवर इराकचं नातं थेट उत्तर आफ्रिकेपर्यंतच्या अरबांशी जडतं. उलट इस्लामी संस्कृतीचा निकष लावला तर आपल्याला आफ्रिका, पश्चिम आशिया, मध्य आशिया, दक्षिण खंड एकसंध नाही. इस्लाममध्ये भाषिक आणि सांस्कृतिकच नव्हे तर धार्मिक संघर्ष आणि द्वंद्वं आहेत. धार्मिक मूलाग्रहवादाने कितीही प्रयत्न केला तरी इतर सर्व मानवी संस्कृतींप्रमाणे इस्लामी संस्कृतीचंही आधुनिकीकरण होत राहणार यात शंका नाही.

वस्तुत: इस्लामी संस्कृतीचा उत्कर्ष हा युरोपात रेनेसान्सचं पर्व सुरू होईपर्यंत गाठला गेला होता. मात्र गेल्या चारशे वर्षांत इस्लामी संस्कृतीतल्या तत्त्वज्ञान, गणित, वैद्यक, विज्ञान, स्थापत्य आणि अभियांत्रिकीसारख्या विद्या नष्ट होऊन गेल्या आणि त्यांची जागा धर्मकारणाने (किंवा धर्माच्या नावे खेळल्या जाणाऱ्या राजकारणाने) घेतली. हिंदू धर्मकारणाने नेमकी याच रीतीने भारतीय संस्कृतीतली प्रयोगशील चेतना नष्ट करून टाकली होती. कडवे मुसलमान आणि कट्टर हिंदू धर्मांधतेच्या पातळीवर एकमेकांसारखेच आहेत. पूर्वस्मृतीच्या तुटपुंज्या भांडवलावर

त्यांची सांस्कृतिक आत्मप्रतिमा उभारलेली आहे. इस्लामी आणि भारतीय ह्या दोन्ही संस्कृतींचं आधुनिकीकरण होणं अटळ आणि आवश्यक आहे. मात्र हे आधुनिकीकरण लोकशाही प्रक्रियेशिवाय होऊ शकणार नाही. एखादा नासर, एखादा इराणचा शहा, किंवा एखादा सद्दाम हुसेन केवळ लष्करी आधुनिकीकरणाद्वारा नेमक्या विरुद्ध दिशेला जाणाऱ्या प्रवृत्ती 'शरीयत' किंवा 'रथयात्रे'च्या रूपाने घोषित केल्या जातातच. इराणमध्ये आयातुल्ला खोमेनींनी संस्कृतीला काही शतकं मागे नेण्याचा प्रयत्न केलाच.

वास्तविक, संस्कृती सततच समकालीन तत्त्वाच्या सपाटीवर येण्याकडे कलत असते. आपलंच उदाहरण पाहा. सन १८१८ मध्ये ब्रिटिशांची हुकमत आपल्याकडे आली आणि अवघ्या शतकभरात महाराष्ट्रात आधुनिकीकरणाची प्रक्रिया सुरूही झाली. त्यानंतरही आता जवळ जवळ आणखी एक शतक लोटलेलं आहे. सामूहिक अर्थाने अजूनही आपलं आधुनिकीकरण फारसं झालेलं नसलं तरी आज आपल्यापैकी अनेक माणसं जगात कोठेही कोणत्याही क्षेत्रात आघाडीवर असू शकतात आणि तरीही आपण आपलं सांस्कृतिक स्वत्व न गमावता आधुनिक जगात वावरू लागलो आहोत.

अर्थात 'तिसऱ्या जगा'त सध्या जे बदल घडत आहेत, त्यांचं स्वरूप हिंसक आणि विध्वंसकसुद्धा आहे. पाश्चिमात्य किंवा 'युरो-अमेरिकन' जगाची इहवादी, भौतिकतानिष्ठ जीवनशैली आणि आपल्या जगातल्या सांस्कृतिक परंपरा यांचा मेळ बसत नाही. पेट्रोलमुळे अचानक श्रीमंत झालेल्या अरबांना पाश्चिमात्य सुखसोयी हव्यात खऱ्या पण कुराणानुसार राहणी आणि अवकाश-युगातल्या सुखसोयी यांच्यात सुसंवाद साधता येत नाही. आपल्याकडे पेट्रोलवाली श्रीमंतीसुद्धा नाही. त्यामुळे आपल्याकडे श्रीमंत, मध्यमवर्गीय आणि गरीब यांच्यातल्या सांस्कृतिक तफावती आणि विसंगती स्फोटक प्रमाणात वाढत आहेत. भारतातले महाश्रीमंत लोक महाश्रीमंत अरबांप्रमाणेच दुहेरी आणि दुटप्पी जीवन जगणं पसंत करतात. महाश्रीमंत अरबांकडे परकी चलन असतं. स्विस किंवा अन्य बँकांमध्ये त्यांचं द्रव्य असतं. फ्रान्स, स्पेन किंवा इटलीच्या समुद्रकिनाऱ्यावर त्यांच्या हवेल्या असतात. पश्चिम युरोप आणि अमेरिकेतल्या शहरांत त्यांच्या इस्टेटी असतात. त्यांची 'घरां'ची, 'स्वदेशा'ची संकल्पना आता आमूलाग्र बदललेली आहे. त्यांच्या जीवनाचं आणि जीवनशैलीचं आंतरराष्ट्रीयीकरण झालेलं आहे. भारतीय महाश्रीमंतांचा आदर्श असाच आहे.

मात्र भारतासारख्या देशात महाश्रीमंत लोक असून किती असणार? भारतीय मध्यमवर्गसुद्धा दहा ते पंधरा कोटी इतकाच आहे. बाकीच्या पंचाहत्तर कोटी लोकांची

गर्दी ह्या सुखवस्तू लोकांना टाळता येणार नाही. भारतीय महानगरांमध्ये ज्याप्रमाणे झोपडपट्ट्यांच्या महासागरात सुखवस्तू वस्त्यांची बारीकसारीक बेटं आढळतात, तशीच सर्वत्र वाढत्या प्रमाणात दिसतील. प्रदूषणामुळे सतत दूषित होणारी हवा, पाण्याची खराबी, जीवनाच्या ढासळणाऱ्या गुणवत्तेपायी वाढत जाणारे संसर्गजन्य तसेच इतर रोग, व्यसनांचा वाढता प्रसार, वाढती गुन्हेगारी वगैरे ज्या गोष्टी आपण आत्ताच आपल्या शहरात बघतो आहोत, त्या गोष्टी भारतात सर्वत्र झपाट्याने वाढत जाणार आहेत. आशिया, लॅटिन अमेरिका आणि आफ्रिका या तिन्ही खंडांमध्ये हेच प्रवाह आढळतात. या तिन्ही खंडांमध्ये मानवी जीविताचीच किंमत कमी झालेली आहे. यादवी युद्धं, लढाया, दंगली, दुष्काळ, नैसर्गिक आपत्ती आणि शासकीय बेपर्वाई या गोष्टी या भागांत वाढत्या प्रमाणात दिसतात. या भागातल्या राष्ट्रांमध्ये शस्त्रास्त्रस्पर्धा जोरात चालू आहेत. अंतर्गत संघर्षही तितकेच तीव्र आहेत.

सोव्हिएत साम्राज्यासारख्या बलाढ्य परमसत्तेचं आता विघटन सुरू झालेलं आहे. चीनमध्ये पुन्हा एकदा विरोधाचा उद्रेक झाला तर काय होईल हे सांगता येत नाही. भारतीय संघराज्याची घटक राष्ट्रं आणखी एक दशकभर तरी एकत्र राहतील की नाही, याचाही भरवसा नाही.

'युरो-अमेरिकन' संस्कृती आणि बाकीचं सर्व जग यांच्यात आपोआपच ध्रुवीकरण झालेलं आहे. हे निव्वळ आर्थिक ध्रुवीकरण नाही. त्याला सांस्कृतिक परिमाणं आहेत. बाकीच्या सर्व गरीब जगांपुढे इहलोकनिष्ठ उपभोगवादाचा एक आदर्शच युरो-अमेरिकन संस्कृतीने उभा केलेला आहे. ह्या उपभोगवादामागे अनेक शतकांचे बौद्धिक आणि शारीरिक श्रम आहेत. पण हे श्रम जगभरच्या लोकांचे आहेत. काही प्रमाणात ते शोषणाच्या मार्गाने पश्चिमेकडे गेलेले आहेत.

विसाव्या शतकात माणसाचं मूल्य कमी झालं. संस्कृतीत आणि अर्थव्यवस्थेत त्याचं स्थान मध्यवर्ती राहिलं नाही. विज्ञानात, तंत्रज्ञानात, तत्त्वज्ञानात, सामाजिक विचारात, कलेत, वाङ्मयात सर्वत्र 'मनुष्य' आणि 'मानवता' ह्या संकल्पना मागे पडल्या. शतक ओलांडून पुढे जाताना याचा विसर न पडू दिला पाहिजे.

दि. ५ मे १९९१

□□□

वाढता वेग, वाढती अंतरं

विसाव्या शतकात विज्ञान आणि तंत्रज्ञानाचा जो विकास झाला तो प्रतिस्पर्धी राष्ट्रांच्या स्पर्धेमुळे असं पुष्कळच बाबतीत म्हणता येईल. नुकत्याच संपलेल्या आखाती युद्धात तंत्रवैज्ञानिक हल्ले परंपरागत लष्कराला कसे हतबुद्ध करून टाकतात याचं प्रात्यक्षिक दिसलं.

संगणक आणि कॅमेऱ्याच्या साहाय्याने आपल्या लक्ष्याचा अचूक वेध घेऊन त्याला टिपणारी अस्त्रं थोपवण्याची क्षमता इराकी लष्करात नव्हती. तर इराकी स्कड अस्त्रांचा मारा अमेरिकन प्रतिसंहारक अस्त्रांपुढे फुसका ठरला. अमेरिका आणि मित्रराष्ट्रांची मनुष्यहानी फारशी झाली नाही तर उलट इराकी मनुष्यहानीचे खरे आकडे दोन्ही बाजूंनी आपापल्या कारणांसाठी अद्याप लपवून ठेवलेले आहेत. विजेच्या वेगाने शेकडो नव्हे हजारो मैलांवरच्या लक्ष्यांवर मारा करण्याची क्षमता जेव्हा एखाद्या राष्ट्राकडे येते तेव्हा त्याचे प्रतिस्पर्धी अखेर शेपूट टाकतातच.

तंत्रविज्ञानाच्या विकासाच्या तफावती म्हणजेच राष्ट्राराष्ट्रांच्या ताकदीतले फरक. या फरकांच्या मुळाशी मात्र अर्थव्यवस्थेतले, औद्योगिक व्यवस्थापनातले आणि व्यापारी कौशल्यातले फरक असतात. युरो-अमेरिकन 'सांस्कृतिक प्रदेश' याच बाबतीत अग्रेसर आहे. मात्र ही राष्ट्रं अजून तरी एकाच धोरणाला आणि व्यवस्थेला बांधलेली दिसत नाहीत. त्यांच्यात आपसात सुप्त आणि उघड स्पर्धेचे आणि संघर्षाचे बरेच विषय आहेत. दोन जर्मनींचं एकीकरण झाल्यानंतर युरोपच्या एकीवर तात्कालिक परिणाम तरी विपरीतच झालेला आहे. पूर्व युरोपातल्या समाजवादी राष्ट्रांना युरोपियन व्यवस्थेत कसं सामावून घ्यायचं हा प्रश्न सुटलेला नाही. उलट सोव्हिएत संघराज्यातील घटक राज्यांमध्ये आपसात संघर्ष होणं किंवा केंद्रीय सत्तेचे घटक राज्यांशी संघर्ष होणं, ही भीती टळलेली नाही. पश्चिम युरोप आणि अमेरिका यांचे आजवर मैत्रीचे संबंध असले तरी त्यांच्यात पुढे स्पर्धा आणि संघर्ष होण्याची शक्यता आहेच. पश्चिम युरोप आणि जपान यांना भविष्यकाळात ऑस्ट्रेलिया, आग्नेय आणि दक्षिण आशिया, चीन, पश्चिम आशिया, आफ्रिका, सोव्हिएत आशिया आणि दक्षिण अमेरिका यांच्या बाजारपेठा काबीज करण्यासाठी अमेरिकेशी स्पर्धा करावी लागणार आहे.

लोकसंख्येच्या दृष्टीने विकासाकडे पाहिल्यास एकतृतीयांश जग विकसित तर दोनतृतीयांश जग अविकसित अशी परिस्थिती एकविसावे शतक उजाडताना असणार आहे. इथे 'विकासा'ची कसोटी फक्त स्वावलंबनाची क्षमता एवढीच गृहीत धरली

आहे. स्वावलंबी व्यक्ती कोण? तर ज्या व्यक्तीला किमान लिहिता-वाचता येतं आणि रोजगार कमावता येतो अशी व्यक्ती.

या कसोटीवर कदाचित महाराष्ट्रातील सध्याची अर्धीअधिक प्रौढ लोकसंख्या परावलंबी ठरवावी लागेल, तर बिहार-उत्तर प्रदेशसारख्या राज्यांत जास्तच लोक परावलंबी ठरतील. आपल्या शेजारी बांगलादेश, तसंच आफ्रिका आणि दक्षिण अमेरिकेतले अनेक छोटे-मोठे देश अशाच अवस्थेत आहेत. एकीकडे संगणक आणि जगभर जलद दळणवळणाच्या साहाय्याने आपला प्रभाव गाजवू शकणारी युरो-अमेरिकन संस्कृती आणि दुसरीकडे आपलं बाकीचं जग हा फरक विदारक आहे. एका परीने या दोन संस्कृतींमधल्या वाढत्या तफावतींमुळे त्यांच्यामधलं दळणवळण आणि परस्पर सामंजस्य तुटत चाललेलं आहे. बाकीच्या जगातली माणसं आणि युरो-अमेरिकन माणसं यांना जोडणारी मनुष्यत्वाची समान संकल्पनाच पुढे शिल्लक राहणार नाही. एकाच ग्रहावर जगत असूनही श्रीमंत वस्ती आणि झोपडपट्टी, महानगरवासी आणि आदिवासी, आजचे लोक आणि सोळाव्या शतकातले लोक यांच्याइतकेच फरक पृथ्वीच्या नागरिकांमध्ये पडणार आहेत. समृद्ध जग आणि दरिद्री जग यांच्यातला एक फरक फक्त शिक्षणाने भरून काढता येईल.

पण शिक्षणाच्या बाबतीत लोकांच्या मनात अनेक प्रकारचे गोंधळ आहेत. आपली संस्कृती आणि मातृभाषा टिकवणं महत्त्वाचं आहेच. पण आज जगात उपलब्ध असलेल्या ज्ञानापैकी, तंत्रज्ञानांपैकी, विज्ञानापैकी कितीसं त्या मातृभाषेत उपलब्ध आहे? पु. ल. देशपांडे म्हणतात मराठीला 'विज्ञानेश्वर हवा.' हे वाक्य चटपटीत असलं तरी एका विज्ञानेश्वराने सुटणारा हा प्रश्न नाही. आपल्याला आपल्या मातृभाषेखेरीज किमान एक आंतरराष्ट्रीय भाषा आवश्यक आहेच. एरव्ही आपण उद्याच्या जगात एका मराठी भाषिक मोहल्ल्यात बंदिस्त राहू. महाराष्ट्रात राहणाऱ्या प्रत्येकाला मराठी येणं जितकं आवश्यक आहे तितकंच जगात राहणाऱ्या प्रत्येकाला एक जागतिक भाषा येणं महत्त्वाचं नाही का?

या संदर्भात माझ्या डोळ्यांपुढे येतात ते मुंबईतले भिकारी. मुंबईतले भिकारी कोणकोणत्या भाषांमध्ये भीक मागतात? अरबी आणि इंग्रजी आणि उर्दू किंवा हिंदी! अरबांकडून आणि विदेशी पर्यटकांकडून त्यांना जास्त भीक मिळू शकते. हे व्यवहारज्ञान आहे! अगदी शिवसेनेसारख्या मराठीच्या अभिमानी संघटनेनेसुद्धा मुंबईतल्या भिकाऱ्यांनी मराठीतच भीक मागितली पाहिजे असा फतवा अजून तरी काढलेला नाही. उद्याच्या जगात जाण्याअगोदर आजच्या जगात आपण नेमके कोठे आहेत याचा अंदाज घेतलेला बरा!

दि. १२ मे १९९१

□□□

एकविसाव्या शतकाला जयहिंद

'राजीव गांधींची बॉंबस्फोटात हत्या' हा २२ मे १९९१च्या 'सकाळ'च्या वर्तमानपत्राचा मथळा. एका माजी आणि कदाचित पुन्हा एकदा भावी पंतप्रधानाचा अशा रीतीने काटा काढण्यात अज्ञात संघटना यशस्वी झाली.

वस्तुत: यात नवल काहीच नाही. महाबलाढ्य अमेरिकेच्या राष्ट्राध्यक्षाचीही सार्वजनिक स्थळी आणि प्रसंगी हत्या होऊ शकते. शस्त्रास्त्रांच्या तंत्रविज्ञानातली प्रगती आणि जगभर पसरलेलं अतिरेकी संघटनांचं जाळं यामुळे अशा तऱ्हेच्या हत्या सहच शक्य झाल्या आहेत. भाडोत्री मारेकऱ्यांना 'सुपारी' देऊन हे करता येणं शक्य आहे. कट्टर अतिरेक्यांनी आत्मसमर्पण करून आत्मघातकी हल्ला केला असण्याचीही शक्यता आहे. काहीही असो. सार्वजनिक जीवनात भाग घेणाऱ्या कोणत्याही व्यक्तीला अभेद्य कवचात सुरक्षित ठेवता येणं अवघड आहे.

विसाव्या शतकाअखेर जगात हिंसाचार वाढतो आहे हे शतकांच्या संधिकालातलं एक प्रमुख सूत्र आहे. हिंसाचार वाढण्याची कारणं अनेक आणि गुंतागुंतीची आहेत. त्यातलं प्रमुख कारण म्हणजे 'लोकसंख्येचं वाढतं घर्षण'. वेगवेगळ्या वंशांची, धर्मांची, विचारांची, संस्कारांची माणसं अचानक वाढत्या प्रमाणात एकत्र येऊ लागली ती याच शतकात. सबंध जगात स्पर्धेचं, एकमेकांवर वर्चस्व गाजवण्याच्या ईर्ष्येचं वातावरण तयार होत गेलं. जुन्या साम्राज्यवादाची जागा नव्या परमसत्ता स्पर्धेने घेतली. एका बाजूने अत्याधुनिक लष्करी सज्जता, तर दुसऱ्या बाजूने आक्रमक, विश्वव्यापी व्यापारी धोरण ही जगातल्या 'पुढारी' राष्ट्रांची नीती. तिचा आदर्श लहान राष्ट्रांनीही समोर ठेवला. शस्त्रास्त्रांच्या आंतरराष्ट्रीय बाजारपेठेतून लहान राष्ट्रंच नव्हेत, तर नाना अतिरेकी संघटना, टोळ्या, गुन्हेगार विश्वातली माफिया सैन्ये वगैरे शस्त्रास्त्रे खरेदी करतात. आज बिहार आणि उत्तर प्रदेशात राजकीय नेते आपापली खाजगी लष्करं बरोबर घेऊन निवडणुकींच्या रणांगणात उतरलेली आहेत. हिंसा हे महत्त्वाचं राजकीय साधन आणि सामाजिक मूल्य बनत चाललं आहे.

भारतापुरते पाहिलं तर हे काही अचानक झालेलं नाही. इंदिरा गांधींच्या कारकिर्दीत राजकारणात वाढत्या हिंसेने प्रवेश केला. इंदिरा गांधींचे खजिना गोळा करणारे प्रमुख सहकारी आणि रेल्वेमंत्री ललित नारायण मिश्र यांनाही असंच बिहारमध्ये समस्तीपूर येथे बॉंबने उडवून देण्यात आलं होतं. त्या कटाचा अजून पत्ता लागलेला नाही.

नक्षलवादी चळवळीनंतरच्या काळातल्या भारताकडे पाहिलं तर नागा, खलिस्तानवादी, तामिळ राष्ट्रवादी, काश्मिरी राष्ट्रवादी अशा नाना प्रकारच्या 'फुटीर'

आणि अतिरेकी गुप्त संघटना भारतात फोफावत आहेत. जगाच्या बाजारपेठेतून जसा इतर सर्व प्रकारचा माल भारतात सर्रास उपलब्ध होतो, तशीच शस्त्रास्त्रेसुद्धा योग्य किंमत मोजल्यास उपलब्ध होतात. मादक पदार्थांचा आंतरराष्ट्रीय व्यापार, चैनीच्या वस्तूंचं स्मगलिंग, आंतरराष्ट्रीय चलनाचा 'चोरटा' खुला व्यापार यामुळे निर्ढावलेले 'साहसी' लोक साध्याभोळ्या राष्ट्रनिष्ठेच्या केव्हाच पलीकडे गेलेले आहेत. हजारो कोटी रुपयांच्या उलाढालींच्या या दुनियेत देशाचे पंतप्रधान काय आणि इतर नेते काय, त्यांना फक्त प्रतीकात्मक मुजरे करायचे. कोणीही कोणालाही विकत घेऊ शकतो आणि सर्व काही विक्रीसाठीच आहे असा 'विज्ञाननिष्ठ' जडवादी चंगळवादाचा निष्कर्ष आहे. द्रव्य हे अंतिम साध्य आणि 'हिंसा' हा ते मिळवण्याचा एक पर्यायी मार्ग, असं नीतिनिरपेक्ष तत्त्वज्ञान स्वीकारलं जात आहे. एका भाडोत्री ब्रिटिश मारेकऱ्याला राजीव गांधींची हत्या करण्यासाठी एक लाख पौंड देऊ करण्यात आले होते, पण पाच लाख पौंडांची त्याची मागणी असल्यामुळे म्हणे तो सौदा फिसकटला!

हिंसेचे उपासक आणि पुजारी आमच्या तथाकथित नेत्यांत नाहीत काय? स्वातंत्र्यपूर्व काळातल्या हिंसक अतिरेक्यांच्या आज आम्ही 'क्रांतिकारक' म्हणून जयंत्या-पुण्यतिथ्या साजऱ्या करतो. हिंसेने माखलेले चित्रपट आम्ही मुलाबाळांबरोबर मजेत बघतो. गल्लीबोळातून थेट आंतरराष्ट्रीय क्षेत्रापर्यंत आम्ही हिंसेचं मोठ्या कौतुकाने अवलोकन करतो. यातला दुटप्पीपणा आमच्या लक्षात कसा येत नाही?

विसाव्या शतकात जागतिक महत्त्वाची जी एक व्यक्ती भारतात होऊन गेली, ती म्हणजे महात्मा गांधी. गांधींचं सर्वच तत्त्वज्ञान स्वीकार्य आहे असं नाही. पण भारतातील अहिंसेच्या परंपरेचं आधुनिक विश्वात यथोचित पुनरुज्जीवन त्यांनी केलं. भगवान बुद्ध आणि महावीर यांचीच नव्हे, तर वैष्णव संतांचीही परंपरा त्यांनी सामाजिक आणि राजकीय जीवनात उद्धृत केली.

हिंसेच्या उपासकांनी महात्मा गांधींची हत्या केली. या ऐतिहासिक दुष्कृत्याला आज चाळीसपेक्षा जास्त वर्षं लोटली आहेत. चाळीस वर्षांनंतर हिंसेच्या तत्त्वज्ञानाला पुन्हा प्रतिष्ठा मिळू लागली. शिवाजीमहाराजांची अप्रतिष्ठा झाल्याबद्दल ताबडतोब खुशवंत सिंग यांच्याविरुद्ध कारवाई सुरू करणाऱ्या आमच्या जागरूक शासनाला छगन भुजबळ किंवा बाळ ठाकरे यांनी केलेला राष्ट्रपित्याच्या हत्येचा पुरस्कार नागरी हक्क म्हणून खपवून घ्यावा लागतो! अशी हिंसेची प्रतिष्ठा आहे.

ज्या आठवड्यात महात्मा गांधींच्या खुन्याची महाराष्ट्रात तारीफ होत होती, त्याच आठवड्यात राजीव गांधींचा खून झाला आणि सगळा देश हबकून गेला. हिंसेकडे बघण्याची आमची दृष्टी आता तरी निवळेल अशी आशा आहे.

'सत्याग्रह' आणि 'अहिंसा' ही महात्मा गांधींची दोन शस्त्रं. हिंसेच्या किंवा शक्तीच्या कोणत्याही दबावापुढे न झुकता आपल्या सदसद्विवेकबुद्धीला पटेल तेच करायचं किंवा जे पटणार नाही ते करायचं नाही. तसंच इतरांवर कोणतीही जबरदस्ती न करता निरंतर त्यांचं मन वळवण्याचा प्रयत्न करायचा. गांधींचे हे दोन्ही मार्ग जितके सोपे तितकेच अवघड आहेत. शत्रूमधल्याही माणसाला जाग आणण्याचा त्यात प्रयत्न आहे. आपल्या संतपरंपरेत बसणारी ही नीती आहे.

राजीव गांधींची कारकीर्द 'एकविसाव्या शतकाकडे नेणारं नेतृत्व' म्हणून वाखाणली गेली. उलट 'बेसुमार उधळपट्टी करून देशाला बुडवणारं नेतृत्व' अशीही त्यांच्यावर टीका झाली. या शतकाचा इतिहासाच्या संदर्भात विचार केला तर राजीव गांधींनी अर्थकारणाभोवतालचा सरकारी विळखा प्रथमच सैल केला, याचं त्यांना श्रेय द्यावं लागेल. मात्र काँग्रेस पक्षांतर्गत लोकशाही, जी इंदिरा गांधींनी पद्धतशीररीत्या नष्ट करून टाकली होती, त्यांना परत रुजवता आली नाही. नेहरू घराण्याने काँग्रेस पक्षाच्या छत्राखाली आपली रियासत सुरू केली आणि पुढे नेहरू घराण्याच्या छत्राखाली काँग्रेस पक्ष नावाची संघटना उभी राहिली. आता ते ऐतिहासिक छत्र नाहीसं झालेलं आहे. एकविसाव्या शतकाचं स्वप्न पाहणारे राजीव गांधी विसाव्या शतकातच बळी गेलेले आहेत.

दि. २६ मे १९९१

□□□

गर्दीत गुदमरणारा ग्रह

टॉमस रॉबर्ट मॅल्थस (१७६६-१८३४) या ब्रिटिश संख्याशास्त्रज्ञाने 'लोकसंख्येविषयी निबंध' नावाचा ग्रंथ लिहिला. या ग्रंथाने असं भाकीत केलं होतं की, जगाची लोकसंख्या जगाच्या अन्नपुरवठ्यापेक्षा वाढून भीषण उपासमारीचा प्रसंग मानवतेवर ओढवणं अटळ आहे.

ज्या काळात मॅल्थसने हे भाकीत केलं तेव्हा वैज्ञानिक संततिनियमन शक्य नव्हतं. पण आज ते शक्य झालेलं असूनसुद्धा पृथ्वीवरची मानवी लोकसंख्या पराकोटीला पोहचलेली आहे. या मानवी टोळधाडीमुळे एखाद्या पिढीच्या अवकाशात पशू-पक्ष्यांच्या अनेक प्रजाती कायमच्या नष्ट होतील. पृथ्वीच्या 'फुफ्फुसां'चं कार्य करणारी, प्राणवायू निर्माण करणारी अरण्यं कायम उजाड होतील. नद्या विटाळून विषारी होतील. अतिनील किरणांपासून सर्व जीवसृष्टीचं रक्षण करणारं ओझोन वायूचं संरक्षक वलय क्षतं पडून निरुपयोगी बनेल. महासागर रसायनांनी निर्जीव होऊ लागतील.

ही सर्व भयं आहेतच. पण पृथ्वीवर आजवर माणसाला माणसाचं जितकं भय आहे, तितकं कुणाचंच कुणाला नाही. सर्वात अधिक उत्क्रांत पशू म्हणून माणूस हा पृथ्वीवरल्या जीवसृष्टीचा 'नेता' आहे असं आपण धरून चालू. पण नेता आणि त्याच्या मागे जाणारी 'जनता' यांच्यामध्ये काहीएक स्वाभाविक प्रमाण, एक नैसर्गिक गुणोत्तर असावं लागतं. नेते प्रमाणाबाहेर वाढले की गोंधळ माजतो. त्याचप्रमाणे जनता प्रमाणाबाहेर काढली की एकच नेता तिला पुरे पडेनासा होतो, हा जणू काय निसर्गाचाच नियम आहे.

मॅल्थसचे अनेक निष्कर्ष खोटे ठरू शकले असते, पण पृथ्वीवर वैज्ञानिक विचारसरणी सम प्रमाणात पसरलेली नाही. शिवाय आपापली वंशसूत्रं 'लढवून' टिकवणं ही माणसांचीच नव्हे, तर सर्वच जीवांची नैसर्गिक प्रवृत्ती आहे. त्यामुळे प्रजोत्पादन करणं आणि जास्तीतजास्त प्रजा प्रसवून स्वत:च्या वंशसूत्रांचं भविष्य जास्तीतजास्त शाश्वत बनवणं ही प्रेरणा मॅल्थसच्या तार्किक निष्कर्षाला भीक घालणार नाही. श्रीमंतापेक्षा गरीब जास्त प्रजा प्रसवतील. कारण श्रीमंताच्या एका वंशसूत्राविरुद्ध आपलं एक तरी वंशसूत्र टिकवण्यासाठी श्रीमंताच्या एका सुरक्षित मुलाच्या विरुद्ध गरिबाला आपली दहा असुरक्षित मुलं ठेवावी लागतील! याचं साधं कारण असं की गरिबाचं मूल गरिबीमुळे लहान वयातच मरून जाण्याची शक्यता जास्त असते. त्यातही गरिबाला मुलगी झाली तर तिची जाणूनबुजून आबाळ होते आणि मुलांपेक्षा मुली कमी जगवल्या जातात, असा आपल्या भारतातला अलीकडचा अनुभव आहे.

ज्या मानवजातीतली तथाकथित 'सामाजिकता' स्त्री-अर्भकांचा ठरवून बळी घेते, ती फारशी उत्क्रांत मानता येणार नाही. पण मुळात गरीब विरुद्ध श्रीमंत हा भेद प्रजननाच्या पातळीवर बघता येण्याजोगा आहे. पश्चिमेतल्या सर्वच देशांत लग्नसंस्था आणि कुटुंबसंस्था यांचं स्वरूप या शतकात पालटत गेलेलं आहे. कित्येक देशांत आज लोकसंख्येची वाढ शून्यावर आलेली आहे किंवा लोकसंख्या घटत चाललेली आहे. ज्या देशांमध्ये आयुर्मर्यादा वाढते आहे, तिथे लोकसंख्या स्थिरावलेली किंवा घटणारी आहे, असंही दिसू शकेल. जी आकडेवारी आपल्याला बहुधा अनाकलनीय वाटेल तीच आकडेवारी अर्थशास्त्रज्ञांना साक्षात्कारी ठरू शकेल.

मॅल्थसचे वारस आपल्याही देशात आहेतच. दांडेकर आणि रथ यांच्यासारखे संख्याशास्त्रज्ञ एका व्यापक अर्थाने मॅल्थसियन परंपरेतच मोडतील. असो.

भारतात वैज्ञानिक संततिनियमनाची मोहीम सुरू करण्याचं श्रेय बहुधा रघुनाथ धोंडो कर्वे यांना जातं. अर्थात कर्व्यांनी संततिनियमनाचा जो पुरस्कार केला तो मुख्यत: लैंगिक सुख आणि प्रजोत्पादन यांची फारकत करून स्त्री-पुरुषांना अपत्यसंभवाच्या भयापासून मुक्त करण्यासाठी. रघुनाथ धोंडे कर्वे हे देकार्तच्या फ्रेंच बुद्धिप्रामाण्यवादाचा पूर्ण स्वीकार करणाऱ्या पहिल्या भारतीयांपैकी. त्यामुळे त्यांच्या विचारसरणीत एक प्रकारचा बुद्धिप्रामाण्यवादी वर्तनवादसुद्धा आलेला आहे. लैंगिक सुखासाठी लैंगिक सुख आणि प्रजोत्पादनासाठी प्रजोत्पादन अशी भूमिका खरोखर घेता येईल का? आजच्या काही जीवशास्त्रज्ञांच्या मते वंशसूत्रांचं सातत्य टिकवणं हा जीवनाचा आद्य हेतू आहे. बाकी सर्व गोष्टी गौण.

दुसरीकडं पाहावं तर वंशसूत्रांची संरचना बदलण्याची क्षमता विज्ञानात आलेली आहे. म्हणजेच माणूस हा जो आजपर्यंत कष्टाने पृथ्वीवर जीवसृष्टीचा 'शेतकरी' म्हणून वावरला, तो यापुढे जीवसृष्टीचा 'बागायतदार' म्हणून वावरू लागेल. 'कलमी' जीवसृष्टीचा कर्ता म्हणून माणूस पृथ्वीचं पर्यावरण स्वत:च्या ताब्यात घेईल!

काहीही असो. वैज्ञानिकांच्या प्रयोगशाळा आणि आशिया, आफ्रिका किंवा दक्षिण अमेरिकेतली मागासलेली खेडी आणि शहरी झोपडपट्ट्या यांच्यात प्रचंड तफावत आहे. लोकसंख्या वाढतच जाणार आहे. कारण तथाकथित 'मागासलेल्या' लोकांचा तो वंशसूत्राचा 'सत्याग्रह' आहे. आम्ही कमजोर असलो तरी निदान संख्येने जास्त असू. तुमच्यातला एकापैकी एक टिकणार असला, तर आमच्यातला दहापैकी एक टिकेल. म्हणजे तरी शेवटी आपली बरोबरी होईल.

ही अशी आंधळी लढाई आहे का? हा ग्रह गर्दीत गुदमरून जाणार आहे का? या प्रश्नांची उत्तरं शोधावी लागतील.

दि. २ जून १९९१

□□□

हिंसा आणि लोकसंख्या

लोकसंख्या बेसुमार वाढू देणं हीसुद्धा एक प्रकारची हिंसाच आहे. ज्यांचं पालनपोषण करण्याची आपल्यात ताकद नाही, इतक्या मुलांना जन्म देणं आणि नंतर त्यांची आबाळ करणं किंवा अल्पवयातच त्यांच्याकडून काबाडकष्ट करून घेणं, हा कुटुंबसंस्थेतल्या हिंसेचा एक प्रकार आहे. पण या हिंसेपूर्वी लग्नसंस्थेतल्याच मूळ हिंसेचा विचार करावा लागतो. माणसांचं मूल स्त्रीच्या गर्भाशयात वाढतं. पुरुषावर अशी प्रत्यक्ष नैसर्गिक जबाबदारी नसते. संततिनियमनाच्या अभावी ऐन तारुण्याच्या काळात स्त्रीला लैंगिक सुखाची किंमत प्रजननाच्या रूपाने चुकती करावी लागते. पुरुषाला अशी कोणतीच किंमत चुकवावी लागत नाही. प्रचंड लोकसंख्या असलेल्या आणि आर्थिकदृष्ट्या मागासलेल्या देशांमध्ये स्त्रियांची परिस्थिती अतिशय बिकट असते. आपल्या देशातसुद्धा स्त्रिया आणि अल्पवयीन मुलं स्वत:चं पोट भरण्याइतके तर कष्ट करतातच; पण बरेच घरच्या 'नाकर्त्या' कुटुंबप्रमुखांचंही पोट भरतात किंवा त्याच्या व्यसनाचाही खर्च भागवतात.

महायुद्धांच्या आणि प्रादेशिक युद्धांच्या रूपाने विसाव्या शतकात झालेल्या प्रचंड हिंसेचा आपण पूर्वीच आढावा घेतला. यादवी युद्ध आणि देशांतर्गत शिरकाणांचाही विचार आपण केला. दुष्काळाने झालेली मनुष्यहानी आपण पाहिली. पण ही हिंसा आणि मानवी हानी काहीच नव्हे, इतकी प्रचंड प्रमाणावर आज पृथ्वीवरल्या महानगरांत आणि शहरांत निरंतर, दैनंदिन हिंसा चालू आहे. लोकसंख्येच्या 'घर्षणा'तून ही हिंसा उत्पन्न झालेली आहे. दाटीवाटीच्या वस्त्यांमध्ये, गर्दीगोंगाटाने गजबजून गेलेल्या घरांमध्ये मानवी व्यक्तीला पुरेसा खाजगी अवकाशच उपलब्ध नाही. प्रत्येक पशू-पक्ष्याला स्वत:च्या वावरासाठी निसर्गत:च एक आपला अवकाश लागतो. तो मिळाला नाही तर पिंजऱ्यातले उंदीरसुद्धा एकमेकांवर हल्ले करू लागतात आणि 'गुन्हेगारी' वर्तन करू लागतात. महानगरांत आणि शहरांत जास्तीतजास्त माणसं व्यसनाधीन होण्याचं एक कारण म्हणजे त्यांना भासणारी खाजगी अवकाशाची निकड. नशा हा एक प्रकारचा मानसिक खाजगी अवकाश असतो. याशिवाय गर्दी आणि गोंगाटामुळे सतत चिरडीला आणि हातघाईला आलेली माणसं भांडणं आणि मारामाऱ्या करतात; शिवीगाळ करतात; दंगली करतात. राहण्याची जागा अपुरी असलेले लोक ध्वनिक्षेपकांवर गाणी वाजवून अथवा घोषणा करून सभोवारच्या अवकाशावर आपला 'एकछत्री' अंमल जाहीर करायला जातात. गल्लीपासून कॉर्पोरेशनच्या पातळीपर्यंत नाना प्रकारची खाजगी 'शासने' आणि

सरकारे स्थापली जातात आणि चालवली जातात. त्यांच्यात आपसात लढायासुद्धा होत राहतात. ही 'हिंसा' हा नागरी व्यवस्थापनाचा राजरोस चालणारा नवा अनौपचारिक प्रकार आहे.

महानगरीतल्या जीवनाच्या पृष्ठभागाजवळ हिंसा खदखदत असते. व्यक्तिगत, कौटुंबिक आणि सामूहिक जीवनाच्या प्रत्येक थरावर ती आढळते. मानवी मनातल्या प्रत्येक प्रक्रियेत ती व्यत्यय आणते किंवा ढवळाढवळ करते. वर्तमानपत्र, आकाशवाणी आणि दूरदर्शनसारख्या माध्यमांतून सूचनांचा, संदेशांचा, आवाहनांचा, माहितीचा महानगरीतल्या माणसांवर सतत वर्षाव होत असतो आणि हीही एक प्रकारची हिंसाच आहे. कारण ती जबरदस्तीने लावली गेलेली आहे.

'युरो-अमेरिकन' जगात सुबत्ता आहे आणि खाजगीपणा उपलब्ध आहे. चंगळवादाचं एक मोठं आकर्षण म्हणजे आपापल्या आवडीनिवडीनुसार समाधान प्राप्त करण्याचे मार्ग आणि वस्तू किंवा साधनं उपलब्ध असणं. आपल्या दरिद्री तिसऱ्या जगात जीवनमान किरकोळ तर आहेच, पण आपली सुखं-दुःखंसुद्धा फारशी खाजगी राहू शकत नाहीत. गर्दीतच आपल्याला सर्व काही आटोपून घ्यावं लागतं. आपल्याकडे गरीब आणि मध्यमवर्गीय यांच्यातच भीषण अंतर पडलेलं आहे. श्रीमंत तर त्यामानाने स्वर्गातच वावरत आहेत. पाश्चिमात्य भांडवलशाहीने बहुसंख्य माणसाला मध्यमवर्गीय बनवलं. कारण बहुसंख्य माणसं गिऱ्हाइकं झाल्याखेरीज बाजारपेठ विस्तारणार नाही आणि जितकी बाजारपेठ विस्तृत तितकं उत्पादनाचं आणि फायद्याचं चक्र जोरात फिरणार.

आपल्याकडेसुद्धा अलीकडे मध्यमवर्गाचा जाणवण्याजोगा विस्तार झाला आहे. घरगुती उपकरणांची बाजारपेठ चांगलीच विस्तारलेली आहे. काळा का असेना, पैसा जागोजाग खेळतो आहे. पण समजा देशातले श्रीमंत आणि मध्यमवर्गीय लोक पंधरा कोटी असले तरी त्यांच्या जवळ जवळ पाचपट लोक भयानक गरिबीत आहेत आणि गरिबी हासुद्धा हिंसेचाच प्रकार मानावा लागेल.

आपली सध्याची राजकीय व्यवस्था वाढत्या लोकसंख्येला आणि तिच्यातून निर्माण होणाऱ्या अव्याहत अंतर्गत हिंसेला तोंड देऊ शकणार नाही. आपलं सामाजिक व्यवस्थापन ढासळायला आलेलं आहे. आपलं राजकीय संतुलन कोणत्याही धक्क्याने ढासळण्याइतकं अस्थिर झालेलं आहे.

लोकसंख्येचा लोंढा आपल्या शिक्षणव्यवस्थेत घुसला आणि गुणवत्तेचे निकषच धुऊन गेले. चिंचोळ्या रस्त्यावरून प्रचंड रहदारी चालावी तशी परिस्थिती भारतात प्रत्येक क्षेत्रात आहे. कायदे तोडून 'ओव्हरटेक' करणारी वाहनं यामुळे वाढतच जातील.

गर्दीचा हा सर्वंकष प्रभाव आता आपल्या न्यायसंस्थेच्या कारभारावरही पडू लागला आहे. न्याय मिळवण्यासाठी दहा दहा वर्षं रांगेत उभं राहावं लागणं म्हणजे काहीच नाही. परिणामी, न्यायबाह्य तडजोडी करण्यासाठी सशक्त गुंड संघटनांकडे लोक वळत आहेत. समांतर अर्थव्यवस्थाच नव्हे, तर समांतर न्यायव्यवस्था आणि शासनसुद्धा आपल्या देशात चालू आहे.

वस्तुत: आपली राष्ट्राची, राजसत्तेची, नागरी व्यवस्थेची प्रत्येक संकल्पना आपण नव्याने तपासून पाहण्याची वेळ आता आलेली आहे. भारत स्वतंत्र झाला तेव्हा भारताची जी लोकसंख्या होती तिच्या दुपटीहून अधिक लोकसंख्या झाल्यापासूनच आमच्याकडची राजकीय व्यवस्था ढासळायला सुरुवात झाली. देशातल्या हिंसक प्रवृत्तींना याच पर्वात उकळी फुटू लागली.

१९७५ची आणीबाणी हे याच दीर्घ आजाराचं पहिलं गंभीर लक्षण होतं. आता या आजाराने पुढली पायरी गाठलेली आहे आणि शतक संपण्यापूर्वी त्याचा आपण इलाज करणं आवश्यक झालेलं आहे.

दि. ९ जून १९९१

□□□

अविवेकाचं शतक

पाश्चिमात्य समाजाचं जीवनमान आणि राहणी हीच विसाव्या शतकात सगळ्या जगाचं ध्येय बनली. चंगळवादी सहलोकनिष्ठेचा अखेर विजय झाला. सोविएत संघराज्य हा गेली सत्तर वर्षं समाजवादाचा बालेकिल्ला मानला गेलेला देश. नेमके त्या देशातलेच समाजवादाचे बुरूज ढासळून गेले! उरला एक चीन. तिथली म्हाताऱ्या लोकांची शेवटची पिढी आता आपोआपच संपून जायला आली आहे. एकदा तिथलं 'म्हातारकारण' संपलं की चीनमधल्या राजकारणालाही पुन्हा तारुण्य प्राप्त होईल. आर्थिक सुबत्तेची फळं चाखल्याशिवाय समाजवादसुद्धा तृप्त होत नाही.

जगाचं अर्थकारण झपाट्याने एकाच सार्वभौम व्यवस्थेत सामावलं जात आहे. एकविसाव्या शतकात लवकरच जगाचं एकच आंतरराष्ट्रीय चलन असावं, अशी मागणी होऊ लागेल. आंतरराष्ट्रीय भाषा, आंतरराष्ट्रीय चलन, एकाच व्यक्तीला एकापेक्षा अधिक राष्ट्रांचं नागरिकत्व आणि पासपोर्ट या एकविसाव्या शतकाच्या गरजा असतील. याचं मुख्य कारण म्हणजे बहुराष्ट्रीय कंपन्यांच्या शाखांची जगभर पसरणारी जाळी. या कंपन्यांचा व्यवस्थापकवर्ग आणि कामगारवर्ग मिळून जगातला आंतरराष्ट्रीय मध्यमवर्ग बनणार आहे. या वर्गाच्या 'खाली' मात्र आंतरराष्ट्रीय गरिबांचा प्रचंड वर्ग एकविसाव्या शतकातही शाबूत राहील. उद्याचा नवा आंतरराष्ट्रीय मध्यमवर्ग बहुराष्ट्रीय कंपन्यांचा शेअरहोल्डर असेल. उद्याचा आंतरराष्ट्रीय गरीबवर्ग निव्वळ पोटासाठी नव्हे, तर राहणीमान उंचावण्यासाठी रात्रंदिवस झगडत राहील.

थोडक्यात, कार्ल मार्क्सने मानवाच्या आर्थिक आणि सामाजिक भवितव्याची जी पटकथा गेल्या शतकात लिहिली तिचं मध्यांतर सोव्हिएत क्रांती कोलमडून झालं. तरीही मार्क्सच्या कथानकाचं मुख्य सूत्र – वर्गसंघर्षातून वर्गविहीन समाजव्यवस्थेकडे होणारी मानवाची वाटचाल – शाबूत आहे. एकोणिसाव्या शतकात जगाच्या भवितव्याचा विचार करताना मार्क्सला भांडवलशाही व्यवस्थेचं जे रूप दिसलं त्याला मर्यादा होत्या. विसाव्या शतकातल्या तंत्रविज्ञानात जी अविरत क्रांतिकारक परिवर्तनं घडणार होती, ती मार्क्सला दिसू शकणं अवघड होतं. मुख्य म्हणजे इलेक्ट्रॉनिक संपर्कसाधनं, संगणक, दळणवळणाच्या यंत्रणा वगैरेंमुळे जगाच्या नकाशावरल्या राष्ट्रीय सीमारेषा विजेच्या वेगाने ओलांडल्या जाऊ शकणार आहेत, याची एकोणिसाव्या शतकात कोणालाच कल्पना नव्हती. एकविसाव्या शतकात एखाद्या कंपनीचे एकत्र काम करणारे पाच लोक पाच वेगवेगळ्या खंडांमध्ये आपापल्या घरी बसून उपग्रहाद्वारा 'एकत्र' येतील. 'कचेरी'चं स्वरूप तर बदलणार आहेच, पण

‘कारखान्या’चंही स्वरूप एकविसाव्या शतकात बदलणार आहे. जगाच्या लोकसंख्येपैकी सुमारे एकतृतीयांश लोकसंख्या जरी नवी भांडवलशाही समाजातल्या मध्यमवर्गात सामील झाली तरी दोनतृतीयांश माणसं सापेक्षत: गरीब असणारच आहेत. आजच्या महानगरांमध्येच उद्याचे गरीब गर्दी करणार आहेत. चंगळवादी समाजाच्या उष्ट्यावर त्यांना गुजराण करावी लागेल आणि तेवढ्यावरच त्यांनी का म्हणून संतुष्ट राहावं? या गरिबांकडे दोनतृतीयांश मतंसुद्धा असतीलच. थोडक्यात, त्यांनी निवडून दिलेली शासनं देशोदेशी राज्य करत असतील. गरीब आणि श्रीमंत यांच्या दरम्यान मध्यस्थाची भूमिका करणारे राजकारणी एकविसाव्या शतकातसुद्धा असतीलच. गरिबांच्या मतांचा दबाव श्रीमंतांवर टाकणं आणि श्रीमंतांच्या दौलतीचं प्रलोभन गरिबांना दाखवणं, हा त्यांचा जुनाच खेळ नव्या रूपात चालू राहील.

‘युरोप-अमेरिके’त आणि जपानमध्ये श्रीमंत मध्यमवर्गच असेल. उरलेल्या जगात मात्र मध्यमवर्ग आणि गरीब यांचं कमी-अधिक स्फोटक मिश्रण असेल. राष्ट्राराष्ट्रांमधल्या लढायांचं प्रमाण एकविसाव्या शतकात सापेक्षत: कमी होईल. मात्र त्याऐवजी हिंसा होईल ती महानगरातल्या दैनंदिन नागरी जीवनात किंवा ग्रामीण भागातल्या सामुदायिक जीवनात टोळीयुद्धं वाढतील; अतिरेकी चळवळी वाढतील; जातीय आणि वर्णीय, वांशिक आणि धार्मिक तणाव वाढतील. हे चित्र आत्ताच स्पष्ट दिसत आहे. एकविसाव्या शतकात धार्मिकतेच्या लाटा पुन्हा एकदा पृथ्वीवर पसरणार आहेत. त्यात धर्मांधतेचा अंश कितपत असेल आणि मानवतावादी डोळसपणा किती टिकेल हे मात्र सांगता येत नाही.

बुद्धिप्रामाण्याचं शतक म्हणून विसावं शतक सुरू झालं आणि विवेकाचं शतक म्हणून ते संपत आलेलं आहे. विसाव्या शतकात मानवाने विज्ञानाचा उपयोग जास्तीतजास्त हिंसा करण्यासाठी केला. त्या विध्वंसातून त्याला थोडंफार शहाणपण आलेलं असलं तरी ते कितपत टिकेल याची शंका आहे. एकविसाव्या शतकात माणसाच्या तहान-भुकेचे प्रश्न कदाचित सुटतीलही पण मानवी समाजातली विषमता नाहीशी होण्याचं एकही चिन्ह दिसत नाही. उलट समाजातला वर्गसंघर्ष जास्तच तीव्र होण्याची शक्यता आहे. येत्या शतकात महायुद्ध एक वेळ होणार नाही; कदाचित राष्ट्राराष्ट्रांतल्या लढायासुद्धा टाळल्या जातील, पण त्यांच्या जागी एक कायम चालणारे गनिमी युद्ध येण्याची दाट शक्यता आहे. वाढत्या लोकसंख्येच्या अरण्यात ठिकठिकाणी लपून, दबा धरून गनीम बसलेले असतीलच. विसाव्या शतकातला निष्फळ आदर्शवाद त्याच्या संगतीला असेल.

दि. १६ जून १९९१

□□□

महानगरातील गनिमी युद्धं

एकविसाव्या शतकात जगाच्या लोकसंख्येचा फार मोठा हिस्सा महानगरांत आणि लहान-मोठ्या शहरांत राहत असेल. खेड्यापाड्यांमधले आणि विशेषत: गरीब प्रदेशांतले लोक शहरांकडे ओढले जाण्याचं मुख्य कारण म्हणजे शहरी जीवनाच्या सुरस आणि चमत्कारिक गोष्टी, शहरी ऐश्वर्याच्या आणि सुखोपभोगांच्या दंतकथा, शहरी चैनीचंगळींची अद्भुत प्रतिमासृष्टी आणि शहरात नशीब उघडल्याच्या अनेकांनी पसरवलेल्या गोष्टी.

प्रत्यक्ष शहरात येऊन पडल्यानंतर शहरी जीवनाच्या झगमगाटाच्या मागे असलेला भीषण काळोखही दिसतो. पण शहरी जीवनाचं व्यसन एकदा जडलं की सहज सुटत नाही. त्या जीवनाचा बेदम वेग, त्यातली स्पर्धा, त्यातली महत्त्वाकांक्षा, त्यातल्या जुगारी आशा, त्यातले बदल आणि वैविध्य, त्यातली धाडसं आणि धोके या सर्वांचं व्यसन जडू शकतं.

शहरी आणि विशेषत: महानगरी लोकवस्तीची घनता इतकी असते की तिचा कायदा आणि सुव्यवस्था सांभाळणं पोलिसांपेक्षाही नागरी शिस्तीच्या स्वयंस्फूर्त जाणिवेवर जास्त अवलंबून असतं. ही शिस्त कोलमडली तर पोलिसांनाच काय लष्करालासुद्धा शहरात कायदा चालवता येणं शक्य नाही. निरपराध माणसं आणि गुन्हेगार यांच्यात सहसा फरक करता येणार नाही, इतकी प्रचंड आणि प्रवाही गर्दी शहरामध्ये असते. गुन्हेगारी आणि कायदेशीर व्यापारधंदे यांच्यातल्या सीमारेषा महानगरी आर्थिक उलाढालीच्या गतिमान चक्रात अदृश्य होतात.

महानगरात काहीही खपून जातं, कारण तिथे काहीही लपून जातं. पैसा हे अंतिम मूल्य मानून जगणाऱ्या अठरापगड जातपात-वंशधर्मांच्या शहरी समाजात एकविसाव्या शतकातल्या अनेक समस्या वणव्यासारख्या पसरत जाणार आहेत. पहिली आणि अगदी वरवरसुद्धा स्पष्ट जाणवणारी समस्या नागरी जीवनाच्या सुरक्षिततेची असेल. सापेक्ष गरिबी आणि बेकारी, वैध मार्गांनी चालणाऱ्या सामाजिक स्पर्धांमध्ये टिकाव न लागण्याचं भय, शिक्षणाची संधी मिळाल्याने किंवा संधी मिळूनही शिक्षण न परवडल्यामुळे अकाली घ्यावा लागलेला शिक्षणसंन्यास, चंगळवादी संस्कृतीने पोसलेले आणि जाहिरातींद्वारा पसरवलेले हव्यास आणि ध्यास, दबावाच्या आणि दहशतीच्या राजकारणाचं नेत्यांनी निर्माण केलेलं वाढतं आकर्षण, द्वेषाला आणि हिंसकतेला सातत्याने केलं जाणारं आवाहन, बलात्कारी वृत्तीचं होणारं वाढतं समर्थन या सर्व संस्कारांची बळी असणार आहे भारतासारख्या देशांमधली

तरुण पिढी. त्यातून महानगरांमध्ये एड्ससारख्या नव्या आणि प्राणघातक गुप्तरोगांच्या साथी पसरणार आहेत. त्याचप्रमाणे मादक पदार्थांची व्यसने बोकाळणार आहेत. लहानसहान गुन्ह्यांपासून सुरुवात करून अत्यंत पाशवी गुन्हे करण्यापर्यंत मजल जाणाऱ्यांची संख्या वाढत जाईल. मनोरुग्णांचं प्रमाण प्रचंड वाढेल. कुटुंबव्यवस्थेला आणि लग्नसंस्थेला तडे जातील. टोळीबाजीची प्रवृत्ती वाढत जाईल. विषमलिंगी संबंधांमधले तणाव आणि संघर्ष वाढतील, तसंच समलिंगी संबंध वाढतील. पाश्चिमात्य समाजात विसाव्या शतकाच्या उत्तरार्धातच यांतील अनेक प्रवाह सुरू झालेले आहेत. मात्र पाश्चिमात्य समाजांची आर्थिक, वैज्ञानिक आणि समाजकल्याण क्षेत्रांतली प्रगती बघता त्यांना ही परिस्थिती आटोक्यात ठेवून सुधारताही येईल. आपल्यासारख्या तिसऱ्या जगातल्या देशात मात्र तुटपुंज्या साधनसंपत्तीनिशी वाढत्या लोकसंख्येच्या दारुण समस्येला तोंड देणं कठीण होत जाणार आहे. मागे एकदा विज्ञानाने हरित क्रांतीद्वारा कृषिउत्पादन वाढवून आपली भीषण अन्नतुटवड्यापासून सुटका केली. कृषिविज्ञानातली क्रांती चालूच राहील यात शंका नाही. मात्र आपल्याकडे त्याचे फायदे कितपत पोहचतील याबाबत शंका आहे. उदाहरणार्थ, २०२० मध्ये भारताची लोकसंख्या १६० कोटींच्या घरात असेल. त्या वेळी आजच्या नकाशातला भारत अस्तित्वात असेल की नाही, हाच मुळी प्रश्न आहे.

आजची संसदीय लोकशाही फारतर अजून दहा वर्षं टिकेल. आजची घटक राज्ये फुटून वेगळी होण्याची दाट शक्यता या दशकातच आहे. जातीय, धार्मिक, भाषिक अशा फुटीरवादी चळवळी वैध राजकीय पक्षांच्या रूपात आणि अवैध शस्त्रसज्ज टोळ्यांच्या किंवा तथाकथित सेनांच्या रूपात माजत राहतील. बेकायदेशीर मार्गाने अत्याधुनिक शस्त्रास्त्रं अशा प्रकारच्या टोळ्यांना उपलब्ध होत राहतील; अंतर्गत कायदा आणि नागरी सुव्यवस्था सांभाळण्याचं जिकिरीचं काम सध्याच्या पोलीसखात्याकडून उद्या होणं शक्य नाही. आजसुद्धा पोलिसांपेक्षा संघटित गुन्हेगारांकडे शस्त्रास्त्रं, वाहनं, संपर्कव्यवस्था, पैसा, राजकीय प्रभाव यांसारखी साधनं कितीतरी प्रमाणात जास्त आहेत. अनेक ठिकाणी पोलिसांविरुद्ध संघटित गुन्हेगारांचा दबाव किंवा प्रभाव आहे. खुद्द न्यायसंस्थासुद्धा अशा प्रभावाच्या आणि दबावाच्या भीतीयुक्त आकर्षणापासून मुक्त राहिलेली नाही. गुन्हेगारी हा आता एक आधुनिक व्यवसाय बनलेला आहे. आधुनिक तंत्रज्ञान आणि व्यवस्थापकीय व्यवहारज्ञान यांचा उपयोग करूनच अत्यंत कौशल्याने आज कायदे मोडले जातात. जे कायदे मोडण्यात फायदा प्रचंड आहे, तेच मोडले जातात. कायदा मोडताना येणारा संभाव्य खर्च आणि फायदा यांची गणितं अगोदरच मांडली जातात. सर्व पर्यायांचा खर्चाच्या आणि फायद्याच्या संदर्भात विचार केला जातो. गुन्हा हीसुद्धा बाजारपेठच आहे, असा विचार

केला जातो. हेरॉईनची निर्यात, सोन्याची आयात, विदेशी चलनाची हवाला पद्धतीने खरेदी-विक्री, विशिष्ट किंमत घेऊन कोणाचीही हत्या करण्याचं कंत्राट घेणं; कुंटणखाने चालवणं; अल्पवयीन मुलामुलींचा देहविक्रय करणं, दमदाटी करून गरिबांची जमीन किंवा अन्य मालकी हक्क बळकावणं, सक्तीने लोकांना राहत्या जागेतून हुसकावणं अशा नाना गोष्टी आज 'व्यावसायिक' पातळीवर आलेल्या आहेत. ही उद्याच्या महानगरीतल्या सत्तारचनेचीच चाहूल आहे.

हीच शहरं आणि महानगरं उद्याच्या राज्यव्यवस्थेचे घटक असणार आहेत. तिसऱ्या जगातल्या सर्वच देशांमध्ये ग्रामीण लोकसंख्या स्थलांतर करून शहरांमध्ये आणि महानगरांमध्ये बसणार आहे. महापालिकांच्या राजकारणाला तीव्र, हिंसक आणि आक्रमक स्वरूप येईल. त्यांच्या कारभारातला भ्रष्टाचारसुद्धा वाढत जाईल. मध्यमवर्गाकडून वसूल केलेले कर मध्यमवर्गीय वस्त्यांवर तर खर्च होणार नाहीतच, पण झोपडपट्ट्यांवरही होणार नाहीत. श्रीमंत आणि उच्च मध्यमवर्गीय तर शक्यतो शांत, निसर्गरम्य उपनगरांत किंवा छोट्या गावांत जाऊन राहतील किंवा बहुतेक वेळ परदेशातच जात-येत राहतील. त्यांच्या राहणीमानाला आणि जीवनमूल्यांना दाटीवाटीने वसलेली, रहदारीने गजबजलेली, प्रदूषणाने विटाळलेली अशी महानगरं अयोग्यच असतील. धक्काबुक्कीत जगण्याची आवड नसली तरी गरज मात्र गरीब लोकांना असणारच. चंगळवादी संस्कृतीने महानगराची फार आकर्षक प्रतिमा उत्पन्न केलेली आहे. मग ते महानगर न्यूयॉर्क असो किंवा मुंबई, टोकियो असो किंवा अगदी रसातळाला गेलेलं कलकत्ता. युरो-अमेरिकेतली बहुसंख्य शहरं जरी लहान गावांच्या मानाने काहीशी बकाल असली तरी प्रचंड राष्ट्रीय उत्पन्नाचा वरदहस्त डोक्यावर असल्यामुळे तिथल्या महानगरी जीवनात खरोखरच अनेक आकर्षणं आहेत. तशी आकर्षणं आपल्या गरीब देशात कुठवर निर्माण करता येणार? हा प्रश्न हिंदी चित्रपटांच्या निर्माता-दिग्दर्शकांनाच विचारता येण्याजोगा आहे. कोणा विचारवंताला नव्हे!

दि. २३ जून १९९१

□□□

धार्मिक मूलाग्रहाचं पुनरुत्थान

इराणमधली धार्मिक मूलाग्रहाची लाट आणि भारतातली हिंदुत्वाच्या पुनरुज्जीवनाची चळवळ या विसाव्या शतकाच्या उत्तरार्धातल्या आश्चर्यकारक घटनांमध्ये मोडणाऱ्या गोष्टी आहेत. इराणचे पदच्युत आणि आता दिवंगत शहा हे एक निष्ठुर हुकूमशहा असले तरी इराणच्या आधुनिकीकरणाचं श्रेय त्यांना दिलं जातं.

त्यांच्या अमदानीत इराणी स्त्रिया पडद्यातून बाहेर आल्या आणि सुशिक्षित होऊन समाजजीवनात भाग घ्यायला त्यांनी सुरुवात केली. इराणी युवक-युवती वाढत्या प्रमाणात युरो-अमेरिकन विद्यापीठांमध्ये जाऊन विविध क्षेत्रांत उच्च शिक्षण घेऊ लागले. इराणचे आरमार, हवाई दल आणि लष्कर अत्याधुनिक शस्त्रास्त्रांनी सज्ज होऊ लागलं. नवनवे उद्योगधंदे इराणमध्ये सुरू करण्यात आले आणि त्या निमित्ताने आधुनिक तंत्रज्ञानाची 'लागवड' सुरू झाली. पेट्रो डॉलर्सनी इराणच्या शहांच्या खाजगी खजिन्यात तर प्रचंड क्रयशक्ती ओतलीच पण राष्ट्रीय खजिनासुद्धा त्यांनी संपन्न केला. या शतकाच्या पूर्वार्धात आधुनिकीकरणात यशस्वी होणारं पहिलं इस्लामी राष्ट्र म्हणजे तुर्कस्तान. तेही इराणप्रमाणेच शिया होते, हे ध्यानात घेण्यासारखं आहे. मात्र अरब राष्ट्रं आणि इराण यांना लाभलेलं पेट्रोलचं वरदान त्यांना आंतरराष्ट्रीय अर्थव्यवस्थेत जे महत्त्व देऊ शकलं ते तुर्कस्तानला प्राप्त होऊ शकलं नाही. आधुनिकीकरण आणि आर्थिक सत्ता यांचा काही अटळ संबंध नाही. ब्रुनेईचा सुलतान हा केवळ पेट्रोलच्या साठ्यांच्या जोरावर जगातला सर्वात श्रीमंत मनुष्य आहे. पण तो जगातला सर्वात पुढारलेला, सुधारलेला किंवा आधुनिक मनुष्य आहे असं कोणीही म्हणत नाही. आधुनिकतेला सरतेशेवटी पर्याय नसेलही, पण श्रीमंतीला आजसुद्धा तोड नाही. असो.

इराणच्या शहांनी आपल्या पेट्रो-डॉलर्सचा विनियोग काही अंशी तरी आणि कळत-नकळत का होईना इराणच्या आधुनिकीकरणासाठी केला. मात्र ते हुकूमशहा होते आणि त्यासाठी आवश्यक ते क्रौर्यही त्यांच्या अंगी होतं. त्यांची गुप्तहेर संघटना 'सावाक' ही सुशिक्षित इराणी लोकांवर आणि विचारवंतांवर बारीक नजर ठेवून होती आणि या लोकांनी लोकशाहीविषयी खाजगी कुजबूजसुद्धा केली तर त्यांना बंदुकीच्या फैरी झेलणं किंवा जन्मठेप भोगणं प्राप्त होत होतं. इराणच्या शहांनी याप्रमाणे एकीकडे बुद्धिवादी, विचारवंत वर्गाचं शिरकाण करून त्या वर्गाला खच्ची केलं पण दुसरीकडे धर्मसत्तेला शह देणं त्यांना शक्य झालं नाही. या धर्मसत्तेनेच शेवटी शहांचं सिंहासन उलथलं. इराणचे शहा पदच्युत आणि परागंदा झाले. शेवटी हद्दपारीत मरण

पावले. दरम्यान अयातुल्ला खोमेनी आणि अन्य धर्मगुरूंचं राज्य इराणमध्ये झालं. त्यांनी 'शरीयत'नुसार 'इस्लामी प्रजासत्ताक' चालवण्याचा निर्धार केला. आधुनिकता आणि पुराणमताभिमान या दोन्ही प्रवृत्तींनी इराणमध्ये लोकशाहीची गळचेपी जारी ठेवली. तंत्रविज्ञानाची आधुनिकता मुल्ला-मौलवींना आणि भटाभिक्षुकांनाही हवीच असते. चंगळवाद तथाकथित संन्याशांनासुद्धा नकोसा नसतो. मात्र मूल्यांमधली विविधता, संकल्पनांमधली विविधता, निर्णयाचं स्वातंत्र्य, थोडक्यात लोकशाही त्यांना नको असते. कारण लोकशाहीचे जे अनेक व्यावहारिक अर्थ होतात, त्यांतला एक महत्त्वाचा अर्थ धार्मिक श्रद्धेचं स्वातंत्र्य हाही आहे. आणि धार्मिक श्रद्धेत निधर्मी मानवतावादही मोडतो. कारण ईश्वर हा काही धार्मिक श्रद्धेचा आवश्यक घटक नाही. धार्मिक श्रद्धा ही विशिष्ट वागणुकीवरची श्रद्धा आहे आणि विशिष्ट श्रद्धेवरची वागणूक आहे. तिला ईश्वर हवाच असं नाही.

आता या अयातुल्लांपाठोपाठ आपल्या हिंदुत्ववाद्यांच्या धार्मिक पुनरुत्थानाकडे वळू.

एकोणिसाव्या शतकातल्या प्रबोधनकाळात हे हिंदुत्ववादी दबा धरून बसले होते. कारण आधुनिकतेचा प्रतिवाद कसा करावा हे त्यांना सुचण्यासारखं नव्हतं. आणि ब्रिटिशांचं स्वामित्व त्यांना झुगारता येत नव्हतं. लोकमान्य टिळक हे हिंदुत्ववादाच्या सीमारेषेवरचे राष्ट्रीय नेते. त्यांच्यानंतर आलेल्या महात्मा गांधींनी 'हिंदुत्वा'ला पारंपरिक पद्धतीनेच धक्का दिला. त्यांची एकूण शैली आणि विचारसरणीच भक्तिमार्गी संतांची होती. गांधींवर गोडसेने गोळ्या झाडणं हे ब्राह्मणांनी तुकारामाला गाथा बुडवायला भाग पाडण्याइतकंच अटळ होतं. ब्राह्मणकेंद्रित 'हिंदुत्वा'च्या संकल्पनेला हिंदू मानवतावादाची संकल्पना मानवण्यासारखी नाही. 'हिंदुत्व' पुकारणाऱ्यांना वर्णाश्रमाची कोंडी फोडण्याची इच्छाच दिसत नाही. एक वार वर्णाश्रमाची कोंडी फुटली तर उरलेली हिंदू जीवनदृष्टी सर्वसमावेशक असेल. उच्चनीचत्वाची संकल्पना 'हिंदुत्वा'ला मूलभूत आहे असं जे मानतात, त्यांना भारतातच नव्हे तर समग्र विश्वात कायमच 'विरोधी पक्षा'ची भूमिका घ्यावी लागेल.

भारताच्या स्वातंत्र्य चळवळीत हिंदुत्ववादी कुठे होते? ब्रिटिशांना त्यांनी केलेला विरोध काय स्वरूपाचा आणि कितपत परिणामकारक होता? समस्त भारतीय जनतेला कोणतं पर्यायी नेतृत्व त्यांनी देऊ केलं होतं? भारताचं कोणतं राष्ट्रीय नेतृत्व त्यांनी मान्य केलं होतं?

स्वातंत्र्यानंतर त्यांनी महात्मा गांधींचा खून करूनच आपल्या राजकीय 'करिअर'ची सुरुवात केली. धर्मनिरपेक्ष प्रजासत्ताक म्हणून निर्माण झालेल्या भारताच्या धर्मनिरपेक्षतेचा निषेध हा त्यांचा जवळ जवळ एककलमी कार्यक्रम बनला.

१८५७ पर्यंत इस्लामला विरोध करू न शकणाऱ्यांनी ब्रिटिश राजवटीतल्या नागरी हक्कांचा फायदा घेऊन इस्लामविरोधी भूमिका घेतल्या. लोकशाहीच्या नावाने झुंडशाही आणता आल्यास लोकसंख्येच्या बळावर 'हिंदुत्व' विजयी ठरेल, असा त्यांचा कयास होता.

'हिंदुत्व' हे भारताच्या इतिहासात गेली निदान तीन हजार वर्षं तरी अल्पमतधारी विरोधी पक्षाची भूमिका निभावत आहे, हे त्यांच्या ध्यानात कधीच आलं नाही. हीच एक भूमिका त्यांच्यासाठी सदैव उपलब्ध आहे, हे त्यांना अजून समजलेलं नाही.

तिसऱ्या जगात धर्माच्या नावाने अनेक प्रकारच्या शिळ्या कढ्यांना ऊत येणार आहे, हे स्पष्ट आहे. मात्र भक्तीसारख्या लोकव्यापी चळवळीने तेराव्या शतकापासून आजतागायत जे लोकशाहीला, उदारमतवादाला, मानवतावादाला आणि विवेकनिष्ठ जीवनदृष्टीला महत्त्व दिलं, त्याची महती या धर्मांध हिंदुत्वनिष्ठांना कळणार नाही. कारण स्वत:च्याही सांस्कृतिक परंपरेला ते मुळापासून पारखे आहेत!

दि. ३ जून १९९१

□□□

धार्मिक यादवी आणि वैचारिक दंगली

विसाव्या शतकाच्या अखेरीला धार्मिक मूलाग्रहाने जगात ठिकठिकाणी उचल खाल्ली याला अनेक कारणं आहेत. एकतर सतराव्या शतकानंतर (विशेषत: पश्चिमेत) वैज्ञानिक संशोधनाने झपाट्याने वेग घेतला. मानवाने पृथ्वीप्रदक्षिणेला सुरुवात करताच जगातल्या सरहद्दी भराभरा बदलू लागल्या. एका समूहाने गोळा केलेलं, जपलेलं आणि वाढवलेलं ज्ञान दुसऱ्या समूहाला उपलब्ध होऊ लागलं. एकीकडे संस्कृतीच्या आणि राजकीय सत्तेच्या कक्षांची कुंपणं ओलांडणारी वैश्विक मानवी समूहाची संकल्पना हळूहळू आकार घेत गेली, तर दुसरीकडे वंशावर आणि धर्मावर आधारलेल्या लष्करांनी प्रादेशिकतेवर आधारलेल्या सामूहिक एकात्मतेवर आक्रमणं केली किंवा युद्धकला आणि शस्त्रास्त्रांचं तंत्रज्ञान यांच्या जोरावर एखाद्या वंशाच्या समूहाने ज्ञात भूप्रदेशात दूरवर मुसंडी मारून 'अज्ञात' देशांनाही हादरा दिला. उदाहरणार्थ, मध्य आशिया पार करून घोडदौड करत आलेल्या आक्रमक टोळ्यांनी थेट पूर्व युरोपपर्यंत धडक मारली, तर पश्चिम आशिया, दक्षिण आशिया, उत्तर आफ्रिका, पश्चिम युरोप यांच्यामार्फत या तुफानी स्वाऱ्यांचे तात्कालिक आणि दूरगामी परिणाम झाले. गेल्या एक हजार वर्षांत पृथ्वीवरल्या मानवसमूहसांची जी आक्रमक स्थलांतरं झाली ती अगोदरच्या पाचेक हजार वर्षांच्या मानाने अतिशय जलद झाली.

अगोदरच्या पाच-सहा हजार वर्षांमध्ये विविध मानवसमूहांनी आपापल्या ठिकाणी स्वतंत्रपणे आपापल्या भाषा निर्माण केल्या आणि त्या भाषांमधून जास्त जास्त गहिरी आत्मनिर्मिती केली. स्वत:च्या मनातल्या प्रक्रियांचा आणि सभोवारच्या विश्वाच्या संवेदनेचा एकत्र ठसा पाडून त्यांनी धर्म उभारण्याला सुरुवात केली. आपले पूर्वज, आपला प्रदेश, आपला वंश यांचा विचार करता करता ते आपल्या पूर्वजांचा, आपल्या प्रदेशापेक्षा व्यापक प्रदेशाचा, आपल्यापेक्षा निराळ्या आणि आपले शत्रू किंवा स्पर्धक असलेल्या वंशांचा विचार करू लागले असतील. एकूण सृष्टीचा आणि तिचे आई-बाप कोण याचा ते विचार करू लागले आणि धर्माच्या अद्‌भुत विचारसृष्टीत त्यांनी प्रवेश केला. अस्तित्वाची अद्‌भुतता आणि क्षणभंगुरपणा जाणवलेल्या माणसाला विश्वाचं भय वाटलं. हे भय वाटण्यासाठी आवश्यक असलेला मेंदू आणि जाणीव फक्त मनुष्यप्राण्याकडे आहे. कारण हे भय अव्यक्त, असंवेदनीय, अमूर्त आणि अज्ञात विश्वाविषयी वाटणारं भय आहे. त्यात अमूर्त 'भविष्या'चा विचार आहे. कुटुंबाच्या आणि वंशाच्या सुरक्षिततेची आणि संवर्धनाची, पालनपोषणाची आणि विकासाची त्यात चिंता आहे. असो.

बाराव्या-तेराव्या शतकात होऊन गेलेल्या चंगीझखानने आजच्या जगातल्या वांशिक घर्षणाच्या प्रक्रियेला जबरदस्त चालना दिली असं म्हणता येईल. चीनची प्रचंड भिंत पार करून त्याने चिनी राजसत्तेला धक्का दिला. मध्य आशिया पादाक्रांत आणि पार करून युरोपच्या सरहद्दीपर्यंत तो पोहचला. सुमारे दोन कोटी माणसांचा बळी घेऊन चंगीझखानने आपलं प्रचंड साम्राज्य उभारलं. त्याच्या मंगोल घोडदळाच्या धडाक्यामुळे अनेक क्रिया-प्रतिक्रिया होऊन तत्कालीन विश्वव्यवस्थेचाच तोल बदलण्याला सुरुवात झाली.

या प्रक्रियेत विविध मानवसमूहांच्या धार्मिक संकल्पनांचा परस्पर टकराव जास्तच गतिमान झाला. अगोदरसुद्धा धार्मिक संकल्पनांचा फार दूरवर प्रसार झाला होता. उदाहरणार्थ, बौद्ध धर्माचा पूर्व आशिया आणि मध्य आशियापर्यंतचा प्रसार, ख्रिस्ती धर्माचा युरोपातला प्रसार, हिंदू धर्माचा आग्नेय आशियातला प्रसार आणि सरतेशेवटी इस्लामचा पश्चिम आशियातून चार दिशांना प्रसार. पैकी बौद्ध धर्माचा आणि ख्रिस्ती धर्माचा प्रसार शांततापूर्ण प्रचाराद्वारे झाला असला तरी प्रसंगी यातल्या प्रत्येक धर्माच्या समूहाने लष्करी आक्रमणाच्या साह्याने साम्राज्य स्थापन करण्याची मोहीम अंगीकारलेली दिसते. एकाच धर्माच्या लोकसंख्येत पांथिक भेद, वांशिक भेद, भाषिक भेद, प्रादेशिक भेद यांच्या आधारावर फूट पडण्याच्या प्रक्रियाही वारंवार घडून येताना दिसतात.

धार्मिक दर्शनं म्हणजे मानवाच्या जुन्यात जुन्या विचारप्रणालीच. त्यांच्याखातर माणसांनी एकमेकांवर शस्त्र उगारण्याला सुरुवात केली आणि इतिहासात धर्माला निराळ्याच प्रकारचं महत्त्व आहे. मानवाच्या ऐहिक आणि व्यक्तिगत जीवनापासून त्याच्या पारलौकिक आणि सामूहिक जीवनापर्यंत सगळ्याचीच व्यवस्था लावण्याचं काम धर्म करू लागले. पृथ्वीवर सर्वत्र सत्ताधारी धार्मिक पक्ष आणि विरोधी धार्मिक पक्ष असं चित्र उभं झालं. आधुनिक काळात त्यात धर्मविरोधी आणि धर्मविहीन पक्षांची भर पडली. सांस्कृतिक अभिसरण आणि पुनरावर्तन चालू ठेवण्यात धर्माचा वाटा मोठा आहे. अर्थात धर्माच्या क्षेत्रातही संकरातून विविधता निर्माण होऊ लागली. नवे, प्रायोगिक किंवा आधुनिक विचार येऊ लागले. गेल्या एक हजार वर्षांत धर्मविचारातही घर्षण आणि मंथन वाढत आहे. त्यामुळेच मूलाग्रही, सनातनी, शुद्धतावादी, पुराणमताभिमानी मतंसुद्धा निकराच्या आक्रमकतेनिशी मांडली आणि लढवली जात आहेत.

विज्ञानाची वेगवान वाढ, तंत्रज्ञानामुळे उत्पादन आणि उपभोगाच्या आवाक्यात झालेली क्रांती, दळणवळण आणि वाहतुकीच्या साधनांनी केलेला जगाचा 'संकोच' किंवा माणसाच्या पर्यटनक्षमतेचा विस्तार हे आधुनिक जीवनाचे घटक पाहा.

छपाईच्या शोधानंतर निवेदन माध्यमांच्या क्षेत्रात अविरत क्रांतीचं चक्र सुरू झालं. माणसासमोरच पर्यायी धर्माचा, पर्यायी विचारप्रणालीचा, पर्यायी जीवनशैलींचा पटच विस्तारतो आहे, असं वाटू लागलं. पण प्रत्यक्षात माणूस उदारमतवादी नाही. तो हट्टी, दुराग्रही, आत्मकेंद्री आणि स्वत:ची प्रतिमा जगावर लादण्याला सोकावलेला एक बुद्धिमान, निर्मितिक्षम, निर्दय आणि हुकूमशाही वृत्तीचा अतिमहत्त्वाकांक्षी पशू आहे. माणसाचे मूलभूत दुर्गुण धार्मिक रूपाने प्रकटतात, यात काय नवल?

दि. ७ जुलै १९९१

□□□

पृथ्वी पाहिल्यानंतरचा माणूस

या शतकातली सर्वात क्रांतिकारक घटना कोणती, असा प्रश्न विचारला तर वेगवेगळी उत्तरं मिळतील. माझ्या दृष्टीने या प्रश्नाचं उत्तर हे की चंद्रावर उतरलेल्या माणसाने प्रथमच पृथ्वी उगवताना पाहिली, ही ती क्रांतिकारक घटना. आदिमानवापासून आपल्यापर्यंत सूर्योदय आणि चंद्रोदय रोमांचकारकच वाटत आलेला आहे सर्वांना. पण पृथ्वीचा पूर्णोदय आपल्या सर्वांच्या कल्पनेत होऊ शकला, तो अवकाशात मानवाचा प्रवेश होऊन चंद्रभूमीवर त्याचं पाऊल पडलं तेव्हाच. आणि अंतराळात तरंगणारी संपूर्ण पृथ्वी एकाच दृष्टिक्षेपात पाहू शकणं हा अनुभव अनंत नव्या संकल्पनांना आणि संवेदनांना जन्म देणारा आहे.

नील आर्मस्ट्राँगचं पाऊल चंद्रावर पडलं तेव्हा माझा नेहमीचा पानवाला मला म्हणाला, ''साब, आजसे चाँद चाँद नही रहा। आदमी के पैरोने उसे मैला कर दिया।'' ही एक प्रतिक्रिया, तर दुसरी एक बाई म्हणाली, ''प्रभू रामचंद्रांचा बालहट्ट आज असा पुरा झाला.'' साध्या साध्या माणसांच्या कल्पनाशक्तीला चंद्रावर माणूस चालतोय, या कल्पनेनेच पंख दिले. मला मात्र माणूस सबंध पृथ्वी एका कटाक्षात पाहू शकतोय याच अप्रूप वाटलं. तेव्हा मुंबईत दूरदर्शनवर ही क्रांतिकारक घटना बघणं शक्य नव्हतं, पण आकाशवाणीवर व्हॉईस ऑफ अमेरिका या नाट्यपूर्ण घटनेचा क्षण नि क्षण टिपत होती. आम्ही कानांत प्राण एकवटून तो वृत्तान्त ऐकत होतो.

'सार्वभौम' या शब्दाचा खरा अर्थ मला मानवी संवेदनेच्या पातळीवरून तेव्हा प्रथम कळला. पुढे अंतराळातून घेतलेली पृथ्वीची अनेक छायाचित्रं आपल्याला पाहायला मिळाली. वस्तुत: आपणसुद्धा तारांगणातच राहतो हा एक विचार, तर तारांगणातल्या एका ग्रहाचा फार मोठा क्लोजअप घेतला तर कदाचित त्यात आपल्याला धारावीची झोपडपट्टी दिसेल, हाही विचार एकाच वेळी मनात आला. मुख्य म्हणजे सबंध पृथ्वी पाहताना तिच्यावर आपण आखलेल्या रेषा, राजकीय आणि सांस्कृतिक कुंपण सगळं नाहीसं झालं. सबंध मानवताच नव्हे तर सगळी जीवसृष्टीच या ग्रहावरल्या अनन्यसाधारण वातावरणात कशी 'एकमेका साह्य करू अवघे धरू जीवनपंथ' म्हणत आहे, याची जाणीव झाली. पृथ्वी तेव्हा एखाद्या जहाजासारखी भासली. प्रचंड अवकाशाच्या महासागरात पृथ्वीचं हे जहाज तरंगत होतं. त्या जहाजाचा नाखवा कोण होता? माणूस नावाचा पशू? त्या जहाजाचं सुकाणू कोणती शक्ती वळवत होती? माणूस नावाच्या पशूची हळूहळू उत्क्रांत होणारी अस्थिर बुद्धी?

विसाव्या शतकाच्या उत्तरार्धात जेव्हा ही रोमांचकारक घटना माझ्या स्वत:च्या आयुष्यात घडली तेव्हा मी स्वत:ला धन्य मानलं, पण यानंतरही पृथ्वीवर युद्ध, यादवी, शिरकाण हे सगळं चालूच राहिलं. अमेरिका आणि सोव्हिएत संघराज्य या परमसत्तांचे अवकाश काबीज करण्याचे कार्यक्रम काही अविभाज्य पृथ्वीवरल्या अखंड मानवतेचं स्वप्न पाहण्यासाठी योजण्यात आलेले नव्हते. ते कार्यक्रम शस्त्रास्त्रांच्या शर्यतीचा, चढाओढीचा, जगावर एकाच राष्ट्राच्या वर्चस्वाचा झेंडा फडकवण्याच्या ईर्ष्येचा एक भाग होते.

याच पृथ्वीवर चातुर्वर्ण्य आहे; रामजन्मभूमी-बाबरी मशीद वाद आहे; सलमान रश्दीविरुद्ध फतवा काढून मारेकरी पाठवणारे धर्मगुरू आहेत; जगाच्या बाजारपेठा जिंकण्यासाठी सज्ज झालेले जपानी आणि जगातली सत्तास्थानं आपल्याच प्रभावाखाली आणू पाहणारे अमेरिकन आहेत. विषाणू आणि रोगजंतू सूक्ष्मदर्शकातून दिसतात तशी अंतराळातल्या पृथ्वीवरली माणसंही जवळून पाहिल्यावर भयंकर दिसतात. माणूस निर्माण करण्यात कशावरून निसर्गाची काही चूक झालेली नाही? कशावरून हा माणूस सगळी जीवसृष्टीच नष्ट करणार नाही? कशावरून तो हा ग्रहच नष्ट करणार नाही? तिसऱ्या महायुद्धाचा धोका आज टळल्यासारखा वाटतो आहे. कारण सोव्हिएत संघराज्याला परमसत्ता स्पर्धेतून तात्पुरती तरी माघार घ्यावी लागलेली आहे. पण एकविसाव्या शतकात ही स्पर्धा जपानच्या आणि चीनच्या भागीदारीतल्या पूर्व आशियातर्फे चालू राहील, किंवा नवा एकसंध युरोप या स्पर्धेला निराळेच परिमाण देईल. मात्र 'दक्षिणे'ला – आणि यात मला उत्तर-दक्षिण तफावत अभिप्रेत आहे – आपला दक्षिण आशिया, बहुतेक आफ्रिकन देश आणि बहुतेक मध्य व दक्षिण अमेरिकन देश मोडतील. आपण पृथ्वीची झोपडपट्टी बनवणार आहोत, हे आता स्पष्टच दिसत आहे. आपल्यापैकी जे जे श्रीमंत किंवा आधुनिक अर्थाने सुशिक्षित आहेत, ते ते नव्या आंतरराष्ट्रीय, आर्थिक आणि सांस्कृतिक व्यवस्थेत सामील होऊन जातील. चंगळवादी जीवनशैली आणि व्यवस्थापनवादी समाजरचना यांच्या पकडीत आता मानवता आलेली आहे. यात गरीब गरीबच राहणार आहेत. कारण चंगळवादाकडे गरिबीवर उपाय नाही. चंगळवाद मानवतेचे दोन भाग करतो : टिकाऊ आणि टाकाऊ. आणि गरीब टाकाऊ आहेत, हे जाहीर आहे.

दि. २१ जुलै १९९१

□□□

सार्वभौम व स्वदेशी संस्कृती

ज्या गावात जन्म, त्याच गावात येऊन कामाला लागणं, संसार करणं, मुलाबाळांना जन्म देणं आणि मरून जाणं, हेच कोणत्याही स्थायिक समाजातल्या सरासरी व्यक्तीचं चरित्र असतं. याउलट भटक्या जमातीतली माणसं ही ठरावीक भौगोलिक क्षेत्रात अगदी पंचांगानुसार मुक्काम बदलत फिरत राहिली तरी तीसुद्धा क्षेत्राला बांधलेलीच असतात.

वेगवेगळ्या समाजांना आणि जमातींना 'क्षेत्रीयता' आहे. निश्चित 'भौगोलिक ठिकाण' किंवा 'देश' आहे. त्या त्या लोकांच्या भाषिक संस्कृतीत पिढ्यान्‌पिढ्या वावरून आत्मसात केलेल्या त्या विशिष्ट भौगोलिक प्रदेशाचा, त्यातल्या हवापाण्याचा, डोंगरदऱ्यांचा, किनारपट्ट्यांचा, मैदानांचा, वाळवंटाचा खोल ठसा तर आहेच, पण त्यात त्या परदेशातली समग्र जीवसृष्टी बिंबलेली आहे. त्या त्या संस्कृतीचा अवघा संसारच त्या त्या भौगोलिक प्रदेशाला बांधलेला आहे. जगात माणसांची स्थलांतरं होत राहिली तरी एकेका भूक्षेत्रात वसलेल्या निरनिराळ्या संस्कृतीसुद्धा एकमेकींना बांधल्या जाऊन एकाच मोठ्या प्रादेशिक संस्कृतीत सामावल्या गेल्या. याचं उत्कृष्ट आणि आपल्या ओळखीचं उदाहरण आपली स्वत:ची दक्षिण आशियाई भूसंस्कृती हे आहे.

अफगाणिस्तानपासून थेट श्रीलंका द्वीपापर्यंत, ब्रह्मदेशाच्या सरहद्दीपर्यंत आणि अंदमानाच्या समुद्रापर्यंत ही अखंड भूसांस्कृतिक क्षेत्रीयता आपल्याला दिसते. राजकीय दृष्टीने आज यात पाकिस्तान, भारत, नेपाळ, श्रीलंका आणि बांगलादेश ही स्वतंत्र राष्ट्रे मोडतात. हिंदू, मुस्लीम, शीख, झरथुष्ट्री, बौद्ध, जैन, ख्रिस्ती असे अनेक प्रमुख धर्म आणि त्यांचे असंख्य उपपंथ यात आहेत. अनेक भाषा, उपभाषा आणि बोलीभाषा येथे बोलल्या जातात. प्रचंड वांशिक विविधता येथे दिसून येते. गेली हजारो वर्षं बाहेरून इकडे आलेली माणसं आपल्या मूळच्या संस्कृतीच्या प्रादेशिक स्मृतीसकट या भूप्रदेशाच्या मुख्य संस्कृतीत सामील होऊन गेली. त्याचप्रमाणे या भूप्रदेशातल्या क्षेत्रीय दळणवळणाने सबंध भूप्रादेशिक संस्कृतीलाच एक लवचीक पण वैशिष्ट्यपूर्ण रूप दिले.

युरो-अमेरिकन संस्कृती ही विज्ञाननिष्ठ इहवादावर आधारलेली दिसते. इस्लामी संस्कृती ही धार्मिक आत्मसंकल्पनेवर आधारलेली दिसते. जपानी, चिनी, कोरियन अशी पौर्वात्य संस्कृती पुष्कळशी वांशिक आणि क्षेत्रीय साधर्म्यावर अवलंबून राहील अशी चिन्हं दिसतात. पण या सर्वांहून आपली दक्षिण आशियाई किंवा भारतीय

उपखंडाची संस्कृती निराळी उठून दिसते. या उपखंडातल्या लोकांनी प्राचीन काळापासून जागतिक बाजारपेठा पादाक्रांत केलेल्या होत्या. विशेषत: वस्त्रोद्योगासारख्या तंत्रवैज्ञानिक आणि कलात्मक कौशल्याचा समन्वय साधणाऱ्या उद्योगात थेट गेल्या शतकापर्यंत म्हणजे सुमारे अडीच हजार वर्षे भारतीय उपखंड आघाडीवर होता. जगातल्या अन्य भूप्रदेशातल्या लोकांना भारतीय उपखंडाचे सतत आकर्षण वाटत आले. या आकर्षणाचा एक महत्त्वाचा भाग म्हणजे उपसंस्कृतींच्या विविधतेचे अनेक उभे-आडवे धागे भारतीय संस्कृतीच्या ताण्याबाण्यात गुंफले जाऊन एक संश्लिष्ट पोत तयार झालेलं आहे. ते या पोतात एक प्रकारची वैश्विकता, सार्वभौमिकता, समावेशकता आणि समन्वयकारक दृष्टी आहे. अमेरिकन लोक आपल्या राष्ट्रीय संस्कृतीचं वर्णन 'मेल्टिंग पॉट' किंवा 'अनेकविध गोष्टी जिच्यात वितळून एक होतात ती मूस' अशा प्रकारे करतात खरं. पण अमेरिकन संस्कृतीवर अँग्लो सॅक्सनांचा, इंग्रजी भाषेचा आणि पैसा ही मूलभूत मूल्यांकनाची कसोटी मानणाऱ्या व्यापारी तत्त्वज्ञानाचा पगडा आहे.

भारतीय उपखंडात आजवर फक्त चारच वेळा साम्राज्यं उभारली गेली. मौर्य, गुप्त, मुगल आणि ब्रिटिश. एरवी नाना प्रादेशिक राजसत्ता इथे नांदल्या. नाना आक्रमणं झाली. अनेक लढाया होत राहिल्या. सुजाणपणे 'भारतीयत्वा'ची कल्पना कोणीच मांडली नसूनही या उपखंडातल्या संस्कृतीत खोलवरची कुलसाधर्म्य आढळू लागली. पाश्चिमात्य अभ्यासक जेव्हा भारतीय संस्कृतीकडे वळले तेव्हा त्यांना तिच्यात अनेक वैशिष्ट्यपूर्ण गुण आढळू लागले.

'देशीयते'चा मुद्दा एडवर्ड सैदसारख्या अरबाने मांडणं; एखाद्या जपान्याने, चिन्याने, मेक्सिकनाने, झुलूने किंवा बांटूने मांडणं आणि एखाद्या भारतीय उपखंडीयाने मांडणं यात फरक असावा. भारतीय संस्कृतीत देशीयतेचं प्रक्षेपण करण्याची आग्रही, आक्रमक, प्रचारकी परंपरा मुळातच नाही, म्हणून तर हिंदुत्वाचा प्रचार ही कल्पनाच भारतीय परंपरेला सोडून आहे. हिंदू 'असतो' किंवा 'नसतो', तो एकाएकी 'बनत' नाही आणि 'हिंदू' असणं म्हणजे नेमकं काय याबाबत कोणाचीही एकवाक्यता नाही.

मार्क्सला अफू वाटलेला धर्म कोणता होता? ज्याप्रमाणे मार्क्सने ज्या समाजाच्या आर्थिक इतिहासाची चिकित्सा केली तो मुख्यत: युरोपीय होता. त्याचप्रमाणे ख्रिस्ती, ज्यू आणि फारतर इस्लामी धर्मांची त्याला माहिती होती. धर्मसत्तेचे आणि ज्ञानविज्ञानाचे महत्त्वाचे आणि गुंतागुंतीचे संबंध मार्क्सने खोलात जाऊन तपासले होते अशातलाही भाग नाही. एकोणिसाव्या शतकात युरोपातल्या तत्त्वज्ञानात बुद्धिप्रामाण्याला जडवादी इहवादाची जोड मिळाली आणि ख्रिस्ती चर्चवर चहूबाजूंनी वैचारिक हल्ले झाले. द्वैतसंघर्षात्मक जडवादाचे तत्त्वज्ञान मांडणाऱ्या मार्क्स आणि

एंगल्सच्या धर्मविषयक विचारांना तेवढ्या मर्यादित संदर्भातच महत्त्व आहे.

माणसाचे नाना अभिजात धर्म आणि लोकधर्म आपापल्या परीने मानवाची 'प्रतिसृष्टी' व्यक्त करत असतात. तो माणसाचा आत्माविष्कारही आहे आणि त्याची समग्र विश्वकल्पनासुद्धा. धर्म हा संस्कृतीचा एक भाग आहे. तो निःसंदर्भपणे पाहूच नये.

दि. २८ जुलै १९९१

□□□

विज्ञान आणि माणूस यांतील दरी

विज्ञान आणि सरासरी माणूस यांच्यात अंतर पडण्याचं आणि ते वाढण्याचं मुख्य कारण म्हणजे एकूण मानवजातींपैकी अगदी अल्पसंख्य माणसांना वैज्ञानिक कुतूहल असतं. त्यातही फारच थोड्या जणांना या कुतूहलाचा सातत्याने पाठपुरावा करावासा वाटतो. ज्याप्रमाणे कलात्मक प्रतिमा आवर्जून जोपासावी लागते, त्याचप्रमाणे वैज्ञानिक प्रतिमा काळजीपूर्वक लहानाची मोठी करावी लागते. शिक्षण आणि शैक्षणिक व्यवस्थापनाच्या मुळाशी प्रतिभासंगोपनाची दृष्टीच नसेल, तर मग एकूणच समाजाची प्रतिमा खालावत जाईल. खालावलेल्या सामाजिक प्रतिभेचं ढळढळीत उदाहरण आपलं स्वत:चंच असल्यामुळे त्याकरिता जास्त शोधाशोध करावी लागणार नाही.

विसाव्या शतकाच्या अखेरीस भारतात केरळ या एकाच राज्यात सार्वत्रिक साक्षरता आहे. जागतिक तंत्रविज्ञानाच्या दृष्टीने पाहिलं तर ही पारंपरिक साक्षरता म्हणजे भाषा लिहिण्या-वाचण्याची क्षमता तर आवश्यक आहेच. पण आता संगणकाची भाषा लिहिता-वाचता येणं हीसुद्धा वैज्ञानिक शिक्षणाची अट बनलेली आहे. अमुक एका इयत्तेपलीकडे पारंपरिक शिक्षणसंस्थांची गरज यापुढे उरणार नाही. मात्र त्यांच्याऐवजी वैश्विक दूरसंचार यंत्रणेला बांधलेली सार्वजनिक माहिती केंद्रं सर्वत्र असणं आवश्यक होईल. या केंद्रांमध्ये संगणक आणि संदेशवाहक, तसंच संदेशग्राहकांचे जे संच असतील, ते नाना ज्ञानशाखांतील माहिती भाषेच्या, दृक्प्रतिमांच्या, चित्रफितींच्या, ध्वनिफिती वगैरेंच्या माध्यमांतून लोकांना विद्युतवेगाने उपलब्ध करून देतील. जगातल्या दूरदूरच्या संस्था, वाचनालयं, संग्रहालयं, विद्यापीठं, संशोधन केंद्रं या सर्वांना परस्पर सहकार्याने विकास करता येण्याची शक्यता आज प्रत्यक्षात आलेली आहे. पण तिसरं जग मात्र त्यापासून वंचितच राहिलेलं आहे. संपर्क, संचार आणि ज्ञानविनिमय या क्षेत्रांमध्ये जी क्रांती अविरत आणि झपाट्याने चालू आहे, तिचा लाभ घेण्यासाठी जे राष्ट्रीय इच्छाबळ हवं ते आपल्याकडे नाही.

भारताचा आज जो खर्च संरक्षणावर होत आहे, तो समजा शिक्षणाच्या आधुनिकीकरणावर झाला तर? एक-दोन पिढ्यांमध्ये आपण एकविसाव्या शतकाचे सन्माननीय नागरिक बनू. मात्र यासाठी आपल्याला आपल्या अनेक जुनाट समजुतींचा, धारणांचा आणि धोरणांचा त्याग करावा लागेल. मुख्य म्हणजे ज्या परंपरागत राजकीय आणि भौगोलिक राष्ट्रवादाच्या चौकटीत आपण विचार करतो आहोत ती मोडावी लागेल.

उदाहरणार्थ, क्षणभर असा विचार करा की आपण काश्मीर भारतात राहावं की स्वतंत्र व्हावं, याबाबत सार्वमत घेतलं. पाकिस्तानबरोबरच्या जुनाट वादाचा हा एक प्रमुख भाग आहे. आपण पाकिस्तानबरोबर शांतीचा आणि सहकार्याचा करार करू शकणार नाही का? भारताने काश्मीरमध्ये सार्वमत घेतलं तर कदाचित पाकिस्तानातले सिंधीसुद्धा तशीच स्वतंत्र राष्ट्राची मागणी करतील. या गोष्टी अटळ आहेत. खलिस्तानच्या बाबतीतही अखेर आपल्याला असाच पुनर्विचार करावा लागेल. श्रीलंकेतले तमीळसुद्धा अशीच स्वायत्तता प्राप्त करून घेणार, यात संशय नाही. भारतीय उपखंडाला संघराजीय स्वरूप जर का लवकरच येऊ शकलं नाही, तर त्याची शकलं होण्याशिवाय गत्यंतर नाही. सोव्हिएत संघराज्यात जे झालं आणि चाललं आहे, तसंच पुनर्संघटन आपल्यालाही करावं लागणार आहे.

पण राष्ट्रीयत्वाची आपली आताची संकल्पना बाजूला ठेवून आपण भारतीय उपखंडातल्या माणसाचा वैज्ञानिक पद्धतीने उद्धार करणार असलो, तर त्यासाठी अशी राजकीय किंमत द्यायची आपली तयारी हवी. एखादा विद्यार्थी उच्च शिक्षणासाठी अर्धपोटी राहून, नोकऱ्याचाकऱ्या करून अखेर अत्युच्च शैक्षणिक पात्रता प्राप्त करतो, तसं एखाद्या समाजाला का करता येऊ नये? भारतात अर्धपोटी राहणारे कोट्यवधी लोक आहेतच. फक्त नव्या चंगळवादी मध्यमवर्गाची आता कष्ट सोसण्याची तयारी नाही. भारतातला सत्ताधारी धर्म आणि अभिजन वर्ग जुन्याच राष्ट्रवादाचा घोष करत राहणार आहे. कारण मतं मिळवण्याच्या खटपटीत आपल्या सर्वच राजकीय पक्षांना राष्ट्रीयत्व आणि राष्ट्रप्रेम उपयोगी पडत आलेलं आहे.

सांस्कृतिक पुनरुज्जीवनाची गरज आज पृथ्वीवर सर्वत्र सारखीच जाणवत आहे. नव्या सांस्कृतिक बदलांनुसार पृथ्वीवरली व्यापाराची आणि परस्परव्यवहाराची नवी व्यवस्था निर्माण होणार आहे. सुशिक्षित आणि प्रशिक्षित लोकसंख्येचं अतिविकसित समाजाच्या दिशेने जे स्थलांतर चालू आहे, त्याचा वेग वाढतच जाईल. सापेक्षतः अशिक्षित आणि मागासलेल्या लोकसंख्येचं स्थलांतर अर्धविकसित औद्योगिक आणि शहरी क्षेत्रांच्या दिशेने होतच राहील.

आज जगात शैक्षणिक साधनांच्या आणि सोयींच्या बाबतीत तीव्र विषमता आहे. भारतात शहरी शिक्षणसंस्था आणि ग्रामीण शिक्षणसंस्था यांच्यात जो फरक आपण बघतो, तोच फरक विकसित देशातली एकूण शिक्षणव्यवस्था आणि आपली शिक्षणव्यवस्था यांत पडलेला आहे.

त्यामुळे भारतासारख्या देशातला सरासरी माणूस आणि वैज्ञानिक व्यवहारांवर आधारलेली संस्कृती यांच्यातली दरी वेगाने रुंदावते आहे. ही कोट्यवधी माणसं योग्य शिक्षणाअभावी जेव्हा एकविसाव्या शतकात प्रवेश करतील, तेव्हा ती जातिधर्मानुसार,

भाषाबोलीनुसार एकमेकांना चिकटून, कोंडाळी करून दाटीवाटीच्या वस्तीत राहू लागतील. आजही शहरांमधल्या झोपडपट्ट्या याच तत्त्वावर वसतात. त्यांच्यांत आपसात सतत तंटा आणि मारामाऱ्या होत राहणार. पोटापाण्यासाठी तर त्यांच्यात भीषण स्पर्धा असेलच, पण नागरी सुविधांचाही दुष्काळ असल्यामुळे तो जास्तच तीव्र होईल. ही मंडळी स्थानिक 'पक्ष' काढतील; 'सेना' जमवतील; 'संघटना' उभारतील; गँगमध्ये सामील होतील. जमाव करून जगण्याची आणि सामूहिक दबावाचा शस्त्रासारखा उपयोग करण्याची प्रवृत्ती त्यांच्यात वाढत जाईल.

एकविसाव्या शतकात आपल्याला महायुद्धाची भीती नाही, तर वस्तीवस्तीतल्या दंगलवजा लढायांची आहे. यातच आजच्या आपल्या जातीय आणि धर्मनिष्ठ पक्षांच्या वंशजांची कल्पना करा. उद्या हिंदू-मुस्लीम दंगलींमध्ये आधुनिक शस्त्रास्त्रं, स्फोटकं इत्यादी सर्रास वापरली गेली, तर नागरी व्यवस्थेची यंत्रणाच कोसळू शकेल. नागरी गनिमी युद्धांचा प्रतिकार करणं प्रगत देशांमध्ये शस्त्रसज्ज पोलिसांनाही जड जातं! आपल्या सीमांवरल्या लष्कराला आपल्या अंतर्गत सुरक्षेची जबाबदारी सांभाळता येणार नाही. आपल्या पोलीस दलांनाही ते शक्य होणार नाही. मात्र सुरक्षा दलांवरचा सरकारी खर्च हिंसेच्या प्रमाणात आणि हिंसा गरिबीच्या प्रमाणात वाढतच जाणार!

आजच्या जगात गरिबीचं मोजमाप करताना शैक्षणिक संधीचा अभाव हा फार महत्त्वाचा निकष मानावा लागतो. ग्रामीण भारताची गरिबी ही शैक्षणिक संधीचा आणि आधुनिक शिक्षणव्यवस्थेचा अभाव यांच्यामुळे असाध्य होण्याच्या मार्गावर आहे. आपल्या देशातल्या जनतेचं परंपरागत सौजन्य यामुळे लयाला जाऊन त्याची जागा हिंसक, आक्रमक गुन्हेगारी वृत्ती किंवा लाचार, विवश भिकारी वृत्ती घेईल.

ही भयंकर पटकथा फारशी असंभवनीय कोटीतली नाही. आंतरराष्ट्रीय व्यापारात जगाला देण्यासारखं आपल्याकडे काय आहे? आपले सध्याच्या व्यापाराचे आकडे बोलके आहेत. त्यावरून काही अशी कल्पना करता येत नाही की, आपल्या प्रचंड लोकसंख्येची गुणवत्ता बदलल्याशिवाय एखादी जादूची कांडी फिरवून आपण इथे आर्थिक स्वर्ग निर्माण करू शकू! लोकसंख्येची गुणवत्ता बदलणं म्हणजेच संपूर्ण लोकसंख्या सुशिक्षित आणि कार्यक्षम बनवणं. यासाठी आज जी वैज्ञानिक साधनं उपलब्ध आहेत, त्यांचा उपयोग लोकशिक्षणासाठीच प्रामुख्याने व्हायला हवा. उदाहरणार्थ, भारतीय दूरदर्शनचा उपयोग आज चंगळवादाच्या पूजेसाठी होत आहे. त्यात करमणुकीच्या मानाने शिक्षणाला प्राधान्य द्यावं. अर्थात शिक्षण याचा अर्थ उपदेशपर भाषणं आणि नीतिबाज वक्तृत्व असा न घेता प्रात्यक्षिकांद्वारा जागृत केलेली चिकित्सक बुद्धी, निदर्शनाला आणलेली नवी माहिती, नवे विचार पचवण्याची निर्माण केलेली क्षमता असा घ्यावा लागेल.

संगणक केंद्रांची जाळी भारताच्या प्रत्येक जिल्ह्यात पोहचावीत. स्वयंशिक्षणाचे कार्यक्रम फार मोठ्या प्रमाणात राबवण्यात यावेत. विज्ञान, तंत्रज्ञान, व्यवस्थापन इत्यादी विषय प्रौढांनाही आवर्जून शिकवावे लागतील. संगणकाच्या क्षेत्रात ग्रामीण विद्यार्थ्यांना साक्षर बनवणं हा शालेय शिक्षणाचा एक आवश्यक भाग असावा.

गेल्या दोन-तीन दशकांत वाढत्या संख्येने भारतीय नागरिक परदेशांत अर्थार्जनासाठी गेले. नव्याने स्वतंत्र झालेल्या आफ्रिकन देशांपासून थेट कॅनडापर्यंत भारतीय शिक्षक शिक्षणसेवेत रुजू झाले. भारतीय सुतार, मेकॅनिक, ड्रायव्हर, स्वयंपाकी वगैरे कुशल कामगार अरब राष्ट्रांकडे विशेषत: आखाती देशांत कामाला लागले. भारतीय डॉक्टर, वैज्ञानिक, तंत्रज्ञ, इंजिनिअर वगैरे तर थेट अतिविकसित देशांत पोहचले. आता अकौंटंट, कॉम्प्युटर तंत्रज्ञ आणि कामगार असेही लोक वाढत्या प्रमाणात इतरत्र जात आहेत. जगातली एकषष्ठांश लोकसंख्या एरवीसुद्धा जगातल्या दोन टक्के भूखंडावर मावणं शक्य नाही! जगात कुठेही जगता येण्याची क्षमता भारताच्या प्रत्येक नागरिकाला देणं म्हणजेच भारताचं रक्षण करणं, अशी नवी व्याख्या आता करावी लागेल. ती केल्यावर त्यांना जगात कुठेही जगता येईल यासाठी उपयोगी असं शिक्षण देण्याची जबाबदारी पत्करावी लागेल!

आपण भारतात राहतो याचाच अर्थ आपण भारत ज्या जगात राहतो त्यात राहतो. या जगातल्या दर सहा माणसांतला एक माणूस भारतात आहे. थोडक्यात पृथ्वीवर पृथ्वीची लोकसंख्या अगदी समप्रमाणात पसरली, तरी पावलोपावली आपल्याला भारतीय (आणि चिनी) भेटत राहतीलच. येत्या शतकभरात पुष्कळ प्रमाणात असंच होणारही आहे.

भारतीय लोकसंख्येची गुणवत्ता केवळ योग्य शिक्षणानेच वाढू शकेल. पण एकदा मूलभूत शिक्षण योग्य पद्धतीने मिळालं की मग त्या सुशिक्षित व्यक्तीची संचारक्षमता वाढते. स्वत:च्या गावाच्या, जिल्ह्याच्या, राज्याच्या, राष्ट्राच्या चौकटीबाहेरही टिकण्याची, वाढण्याची क्षमता अंगी येते. उलट आपल्या लोकसंख्येचा दर्जा आजच्याप्रमाणेच खालावत गेला, तर एखादा प्रचंड दुष्काळ, किंवा रोगराई, किंवा यादवी किंवा शेजारच्या राष्ट्रांशी युद्ध असल्याच हिंसक मार्गाने ती लोकसंख्या घटेल. मात्र निव्वळ घटल्याने तिचा दर्जा सुधारेल, असं मात्र नाही. लोकसंख्या कितीही जास्त असली तरी तिच्या जीवनाचा दर्जासुद्धा तिच्या गुणवत्तेच्या उंचीला साजेसाच असतो.

एकविसाव्या शतकामध्ये जे व्यवहारोपयोगी वैज्ञानिक शोध लागण्याचा संभव आहे त्यामुळे मानवजातीचंच सरासरी राहणीमान अनेक पटींनी उंचावणार आहे. खोलात जाऊन चौकशी केली, तर आपल्या देशातसुद्धा १९४७ नंतर राहणीमान

काकणभर तरी उंचावलेलं आहे. गरिबीची जशी किमान गरजांच्या समाधानाच्या कसोटीवर व्याख्या केली जाते तशीच ती किमान क्षमतांच्या समाधानाच्याही कसोटीवर व्हायला पाहिजे. भारताची लोकसंख्या हे मानवी क्षमतांचं एक प्रचंड भांडार आहे. मात्र लोकशिक्षणाकडे सातत्याने दुर्लक्ष करत आल्यामुळे आज आपण लोकसंख्येच्या गुणवत्तेचा क्षय होताना बघत आहोत.

दि. ४ ऑगस्ट १९९१

□□□

मानवी संबंधांतले बदल

विसाव्या शतकात पाश्चिमात्य समाजात स्त्रीचे आणि बालकांचे मानवी हक्क प्रथमच ध्यानात घेतले जाऊ लागले, तर भारतात एकूण मानवी हक्कांची धर्मनिरपेक्ष जाणीव उत्पन्न होऊ लागली.

काही प्रमाणात याचं श्रेय डार्विनच्या उत्क्रांतिवादामुळे माजलेल्या खळबळीला दिलं जातं. पण स्त्रीचा मानवी व्यक्ती म्हणून विचार होऊ लागण्याला इतरही कारणं आहेत. औद्योगिक क्रांतीनंतरच्या काळात स्त्रिया वाढत्या प्रमाणात रोजगाराला लागल्या; घराबाहेर पडल्या. फ्रान्स आणि इंग्लंडसारख्या देशांत उत्तम दर्जाच्या कादंबरीलेखिका म्हणून स्त्रिया पुढे आल्या. मारी स्क्लोडोवस्का जी लग्नानंतर मारी क्युरी या नावाने प्रसिद्ध झाली, हिने तर रेडियमचा शोध लावून विज्ञानाच्याही क्षेत्रात स्त्री काय करू शकते, याची नोटिस बजावली! या शतकाच्या सुरुवातीची ही गोष्ट.

आपल्याकडे स्त्रियांच्या शिक्षणाची आणि मुक्तीची मुहूर्तमेढ जोतिबा फुले यांनी रोवली. बंगाल आणि महाराष्ट्र या दोन प्रदेशांत सुधारकांनी स्त्रियांच्या मानवी हक्कांसाठी जोरदार चळवळी केल्या. धर्मशास्त्रांमध्ये स्त्रियांना वेगळा दर्जा देण्यात आलेला आहे आणि बहुतेक सर्वच धर्मांमध्ये स्त्री-पुरुषांना विषमतेने वागवलेलं आहे. याविरुद्ध या शतकात ठिकठिकाणी चळवळी झाल्या. युरोप-अमेरिकेत, तुर्कस्तानसारख्या आधुनिक शिक्षणाचे संस्कार झालेल्या मुस्लीम देशात, तसंच भारतात स्त्रियांच्या हक्कांसाठी यशस्वी चळवळी झाल्या. मात्र जपानसारख्या देशाचं औद्योगिक आधुनिकीकरण होऊनही तिथे, किंवा स्टॅलिन आणि माओच्या कम्युनिस्ट 'क्रांतिकारक' समाजात प्रत्यक्षात स्त्रिया बंधनातच राहिल्या होत्या असं आता दिसून येत आहे.

याचं मुख्य कारण म्हणजे कुटुंबसंस्था आणि विवाहसंस्था यांचं परंपरागत स्वरूप आणि त्यावरील पुरुषी वर्चस्वाच्या कल्पनेची घट्ट पकड. याच्या तपशिलात इथे जायचं कारण नाही. पण कोणतीही मानवी व्यक्ती शिक्षणामुळे उत्पादनक्षम किंवा निर्मितिक्षम बनते आणि संचारक्षमसुद्धा बनते. परंपरागत पुरुषी कार्यक्षेत्रामध्ये जसजसा स्त्रियांनी प्रवेश केला, तसतशी त्यांची गृहिणीजीवनाशी असलेली जखडणूक ढिली होत गेली. भारतात तर महात्मा गांधींच्या राष्ट्रीय चळवळींमुळेही स्त्रिया सार्वजनिक जीवनाच्या अग्रभागी आल्या आणि राजकारणात त्यांचा प्रवेश झाला. अशा तऱ्हेचं उदाहरण तर कोणत्याही पाश्चिमात्य समाजातही सापडत नाही.

विवाहसंस्था हे मुख्यत्वेकरून प्रजोत्पादनाचं आणि वंशसंवर्धनाचं माध्यम

मानण्याची सर्वत्र परंपरा आहे. मात्र विसाव्या शतकात चोरट्या प्रेमप्रकरणांऐवजी घटस्फोट आणि पुनर्विवाह होण्याचं प्रमाण वाढलं. वाढत्या रहदारीमुळे आणि स्थलांतरामुळे वाढत्या प्रमाणात आंतरजातीय, आंतरधर्मीय, आंतरवंशीय विवाह वाढले. स्त्रिया वाढत्या प्रमाणात आर्थिकदृष्ट्या स्वतंत्र होऊ लागताच विवाहबाह्य संबंध आणि प्रायोगिक अनुनय यांचंही प्रमाण वाढलं. पुरुषांचे आणि स्त्रियांचे समलिंगी संबंध सगळीकडेच विशिष्ट प्रमाणात असतात ही गोष्ट ज्ञात आहे. पण विसाव्या शतकाच्या उत्तरार्धात हे संबंध छुपे न ठेवता ते मोकळे ठेवण्याचा आपला हक्क मागणारी चळवळ पाश्चिमात्य देशांत झाली. आज काही ठिकाणी समलिंगी वैवाहिक करारांना वैधता मागण्यात येत आहे.

औद्योगिक क्रांतीचं एव्हाना चौथं किंवा पाचवं (आपण मोजू त्याप्रमाणे) पर्व पश्चिमेत चालू आहे. आपल्याकडे निदान दोन तरी फेरे अजून बाकी आहेत. पण या क्रांतीने ज्या नव्या नागरी वसाहती निर्माण केल्या त्यांची जीवनशैली परंपरागत संस्कृतीपेक्षा आमूलाग्र निराळी आहे.

औद्योगिक शहरी वस्त्यांमध्ये आज प्रौढ स्त्री-पुरुष दोघंही कामावर जातात. लहान मुलंबाळं पाळणाघरात किंवा सांभाळणाऱ्या बाईबरोबर असतात. मोठी मुलं आपापल्या शाळा-कॉलेजात जातात. एकूण कुटुंब एकत्र असतं ते संध्याकाळी आणि रात्री. सुटीच्या दिवसांचा अपवाद वगळता बहुतेक कुटुंबांतल्या सर्वच व्यक्ती फक्त दमल्या-भागल्या अवस्थेत विश्रांतीपुरत्या एकत्र येतात.

विश्रांती आणि करमणूक या शहरी जीवनाच्या रहाटगाडग्यात गुरफटलेल्या माणसांच्या मूलभूत गरजा आहेत. त्याचप्रमाणे उपभोगाच्या वस्तू आणि सेवा हीच त्यांच्या दृष्टीने त्यांच्या श्रमाची योग्य पारितोषिकं आहेत. औद्योगिक संस्कृतीतल्या माणसांच्या या मूलभूत गरजा ओळखून उद्योजकांनी उपभोक्तावादी व्यापार रचला. गरजेच्या आणि चैनीच्या वस्तूंमधल्या सीमारेषा त्यांनी लवचीक बनवल्या; जाहिरातीची कला आणि शास्त्र विकसित करून त्याला मानसशास्त्रीय निश्चितता देण्याचा आटापिटा केला; वर्तनवादी विचारसरणींवर आपली एकूण सांस्कृतिक प्रणाली उभारली. माणसाच्या गरजा वाढवणं, त्यांच्या असमाधानाची किंवा अतृप्तीची पातळी सतत उंचावणं म्हणजेच त्याला स्वत:ची आणि इतर माणसांची उत्पादनक्षमता वाढवायला सतत भाग पाडणं; वाढत्या गरजा, समाधानाची वाढती गरज, त्यासाठी क्रयशक्ती वाढवण्याचा प्रयत्न आणि वाढलेली क्रयशक्ती खर्च करून समाधानाची नवी क्षितिजं शोधणं असं हे अविरत चक्र आहे.

असो. 'चंगळवादा'ची पूर्वपिठिका अशी आहे. अखेर 'ऋणं कृत्वा घृतं पिबेत्' या चार्वाकोक्तीचा चंगळवादी नागरिक स्वीकार करतो. तो हप्त्यांवर खरेदी करू

लागतो. म्हणजेच भविष्याकडून काळ उसना घेऊन जगू लागतो. या जीवनशैलीचा मानवी संबंधांवरही फार खोल परिणाम झालेला आहे. आज जगभर मानवी संबंधांमध्ये हिंसा आणि आक्रमकता वाढते आहे. व्यसनाचा अतिरेक वाढतो आहे. आत्मघातकी विचार वाढत आहे. मनोरुग्णांची संख्या वाढते आहे. कुटुंबे उद्ध्वस्त होण्याची, निष्पाप मुलांच्या मनांना तडे जाण्याची अनेक उदाहरणं आपण आजूबाजूला पाहिली असतील. उलट एकूण समाजातच एक प्रकारची निगरगट्ट वेश्यावृत्तीसुद्धा वाढत चाललेली आहे. आज माणसं एकमेकांना लाच द्यायला लाजत नाहीत. व्यवहारात विक्रीबाजीचा शिरकाव झालेला आहे, कारण सबंध मानवी व्यवहार आणि सामाजिक प्रक्रिया आपण कळत-नकळत क्रयविक्रयाच्या पातळीवर बघत आणि जगत आहोत.

वर्तनवादी विचारसरणी, उपभोक्तावाद, बाजारपेठा पादाक्रांत करण्याचं शास्त्र, जाहिरात आणि गिऱ्हाइकांचा अनुनय करण्याची अन्य शास्त्रं, व्यवस्थापनशास्त्र, करमणुकीचा उद्योग, पर्यटनाचा उद्योग, उपभोग्य वस्तूंची निर्मिती, फॅशनचा उद्योग या सर्व अजस्त्र उलाढालींच्या व्यवसायाला भांडवलशाही हे अभिजात नाव अपुरं ठरेल. ही एक सर्वंकष जीवनव्यवस्था आहे. ती गरिबालासुद्धा उपभोक्ता बनवण्यासाठी श्रीमंत बनवायला तयार आहे. कॅसिनोत जाणाऱ्या बघ्याला कॅसिनोवाले जुगारावर खर्चायला फुकट पैसे भेट देतात. तो गळाला लागावा म्हणून! चंगळवादाच्या गळाला लागल्यावर आपले मानवी संबंध बदलणारच याचीही गॅरंटी देता येते. याचा पुढे खोलात जाऊन विचार करू.

दि. ११ ऑगस्ट १९९१

□□□

तंत्रज्ञान आणि नवे कलाप्रकार

एकोणिसाव्या शतकात रसायनशास्त्राने चित्रकलेत क्रांती घडवून आणायला सुरुवात केली. तैलरंग आणि जलरंगांचा नवा पटच रसायनशास्त्राने चित्रकारांना उपलब्ध करून दिला. पूर्वी युरोपियन तैलचित्रकलेच्या क्षेत्रातले नाणावलेले 'महर्षी' आपल्या रंगांचं रहस्य फक्त आपल्या शिष्यांना शिकवत. स्वत:च्या रंगांची रसायनं ते स्वत: सिद्ध करत. रंग लेपण्याच्या पद्धती, ते रंग कमी-जास्त पातळ करण्यासाठी वापरण्यात येणारी माध्यमं, इतर द्रव आणि द्रव्यं ही सर्व गुप्त ठेवली जात. विज्ञानाने चित्रकलेचं चित्रच बदलून टाकलं.

टॉमस अॅल्व्हा एडिसनने ध्वनिमुद्रणाचा शोध लावल्यापासून ते अगदी आता थेट डिजिटल ध्वनिमुद्रण आणि कॉंपॅक्ट डिस्क तबकड्यांपर्यंत, जे तंत्रविज्ञान विकसित झालेलं आहे, त्यामुळे संगीतकलेवर प्रचंड प्रभाव पडलेला आहे. त्यात पुन्हा कॉम्प्युटरजन्य संगीताची भर पडलेली आहे.

मुद्रणाने काव्याच्या संकल्पनेवरच आमूलाग्र पकड बसवली. आपल्याकडे र. कृ. जोशी कवी झाले, हे याचं अगदी टोकाचं उदाहरण. म्हणजे एरवीही त्यांनी कवी व्हायला हरकत नव्हती. पण छपाई, छपाईच्या अक्षरांची वळणं, अक्षरांची दृश्य मांडणी, कोरा अवकाश आणि छापील अक्षरांची रचना यांचा परस्परसंबंध या गोष्टींना महत्त्व आलं. काव्यातल्या श्राव्यतेची जागा दृश्य मांडणी घेऊ लागली आणि मुक्त छंदांच्या, निर्यमक रचनेच्या आणि इतर प्रयोगांच्या जन्माचं काहीसं श्रेय तरी छापखान्यांना आणि छपाईला द्यावं लागलं. गद्याच्या आणि गद्य वाङ्मयप्रकारांच्या वाढीला तर मुद्रणशास्त्र हेच प्रसूतिगृह उपलब्ध होतं, असं म्हणता येईल. मात्र मुद्रणामुळेच काव्य या उत्तम वाङ्मयप्रकाराची कलात्मक पीछेहाट झाली, तर कथा या अधम वाङ्मयप्रकारास महत्त्व आलं, असं आमचे एक मित्र म्हणतात.

एकोणिसाव्या आणि विसाव्या शतकांत विज्ञान आणि तंत्रज्ञानातून जे कलाप्रकार निपजले ते छायाचित्रण, चित्रपट किंवा बोलपट आणि ध्वनिचित्रफीत (व्हिडिओ) हे होय. विसाव्या शतकातल्या माणसाचा संवेदनक्षम स्वभाव या तंत्रवैज्ञानिक माध्यमांनी अक्षरश: घडवलेला आहे. मुद्रणाला छायाचित्रणाची जोड मिळाल्याने त्याची परिणामकारकता वाढत गेली. वर्तमानपत्रं, नियतकालिकं, पाठ्यपुस्तकं, इतर पुस्तकं, नकाशे, चित्रांच्या प्रतिकृती, पत्रकं, मिनिपत्रकं इत्यादी छापील साहित्याने अनेक प्रकारची तपशीलवार माहिती दृश्य पातळीवर उपलब्ध करून दिली. चित्रपट किंवा बोलपटांनी माहितीपासून थेट कलात्मक आविष्कारापर्यंत नवनिर्मितीचे एकाहून

एक संस्मरणीय नमुने उत्पन्न केले. विसावं शतक हे चित्रपटकलेच्या जन्माचं, विकासाचं आणि भरघोस उत्कर्षाचं शतक मानावं लागेल. या नव्या तंत्रवैज्ञानिक माध्यमाने आपल्या अगोदरच्या दृश्यकला, नाट्य, नृत्य, संगीत, काव्य, कथावाङ्मय इत्यादी प्रकारांपासून घेतलेल्या संकल्पना स्वत:च्या वैशिष्ट्यांनुसार साकार केल्या. चित्रपटकलेने नाट्यकलेनंतर प्रथमच सामूहिक कलानुभवाचं नवं दालन उघडलं. चित्रपटगृहाच्या अंधारात बसून समोरच्या मोठ्या पडद्यावरील दृश्यं बघणारा आणि ध्वनी ऐकणारा माणसांचा समूह जणू काय सामूहिकरीत्या एकाच स्वप्नाचा अनुभव घेऊ लागला. हजारो चित्रपटगृहांतून हुबेहूब तोच चित्रपट जगभरचे समूह बघू लागले. विसाव्या शतकात अमेरिकन चित्रपटांनी प्रेक्षकांच्या अशा बाजारपेठाच जगभर तयार केल्या. आपल्या भारतासारख्या काही निवडक देशांतल्या चित्रपट निर्मात्यांनी स्वत:ची स्वतंत्र देशी बाजारपेठ निर्माण केली. कोट्यवधी लोकांवर हुकमत गाजवणारं हे माध्यम मुख्यत्वेकरून करमणुकीच्या व्यापाराचं साधन बनलं असलं तरी चिरस्मरणीय कलात्मक आविष्काराचं माध्यम म्हणूनही ते उपयोगी ठरलं.

रेडिओ आणि टेलिव्हिजन ही उपकरणं विसाव्या शतकातच विकसित होऊन जगभर पसरली. श्राव्य कलांचे नवे प्रकार रेडिओमुळे निर्माण झाले, तर दूरदर्शनने चित्रपटापेक्षा मूलत: आकारमानामुळे आणि इतर तांत्रिक वैशिष्ट्यांमुळे निराळेच असे व्हिडिओपटांचे प्रकार उत्पन्न केले. दूरदर्शन किंवा व्हिडिओचा पडदा लहान असतो, त्यामुळे व्यक्तिगत किंवा कौटुंबिक अशा खाजगी 'दर्शना'साठी त्याचा उपयोग होतो. दूरदर्शन बघणारा 'समूह'सुद्धा खाजगी असतो आणि अनौपचारिक असतो. सवय किंवा व्यसन जडवणारा हा प्रकार जाहिरातदारांनी सर्वत्र पोसून माजवला आहे. कारण प्रेक्षकांच्या कळत-नकळत त्यांच्या अंतर्मनावर थेट आवाहक संस्कार करण्याचं किंवा त्यांच्यावर संमोहक संदेश ठसवण्याचं ते प्रभावी साधन आहे. वस्तुत: व्हिडिओच्या अशा उपयोगांवर सार्वजनिक हिताच्या दृष्टीने पाळत ठेवणं इष्ट आहे. विसाव्या शतकाच्या अखेरीपर्यंत इलेक्ट्रॉनिक साधनांच्या क्षेत्रातही अविरत क्रांतीला सुरुवात झालेली आहे. मात्र कलेच्या क्षेत्रात आणि नवीन कलाप्रकार किंवा कलाकृती निर्माण करण्याच्या दृष्टीने अजून तरी व्हिडिओने काहीच साधलेलं नाही.

कलावंतांना सहायक असे संगणक तयार करण्याचे प्रयोग चालू आहेत. त्यांच्यासाठी 'कार्यक्रम' (वस्तुत: यांना 'संगणन-पाकक्रिया' म्हणायला हवं किंवा 'सूचनावली' अथवा 'हुकूमनामा' म्हणावं!) तयार करण्यात अनेक प्रतिभाशाली लोक गुंतलेले आहेत. त्यांनी काही आश्चर्यकारक प्रयोगसुद्धा केलेले आहेत. चित्रकला, काव्यरचना, कथानिर्मिती, संगीतरचना, नृत्यरचना, चित्रचेतन ('ॲनिमेशन'ला हा

प्रतिशब्द सुचवावासा वाटतो.) अशा अनेक बाबतींत संगणकांचं साह्य घेता येतं. मात्र ज्याला तो साह्य करतो, त्याच्यापेक्षा वरचढ कृती संगणक करू शकत नाही. कृत्रिम बुद्धिमत्तेपेक्षाही कृत्रिम प्रतिभेला जास्त मर्यादा आहेत. कारण प्रतिभा ही मुळातच अनपेक्षित संदर्भांना एकत्र आणणारी शक्ती आहे. संगणक हा संभवनीयता आणि अपेक्षितता ही विद्युत्वेगाने प्रत्यक्ष दाखवणारा 'सहायक' आहे. अर्थात निसर्गाच्या रचनेला तोडीस तोड अशी सर्किटं तयार करणं; नैसर्गिक प्रक्रियांच्या इलेक्ट्रॉनिक प्रतिकृती करणं, हे मानवी संगणक-संशोधनाचं प्रमुख ध्येयच आहे. विज्ञानाचं अंतिम ध्येयच मुळी विश्वाची हुबेहूब सांकेतिक किंवा प्रतीकात्मक प्रतिकृती बनवणं, हे आहे. निसर्गातली प्रत्येक प्रक्रिया जशीच्या तशी आणि वाटेल तेव्हा स्वेच्छेनुसार घडवता येण्याची क्षमता प्राप्त करणं, ऊर्फ 'परमेश्वर' बनणं हे माणसाचं जुनंच स्वप्न आहे. आपला विकास होतो, तो या स्वप्नामुळेच. या स्वप्नाला सामूहिक स्वरूप मिळाल्यावर त्यातून वैज्ञानिक समाज उत्पन्न होतो आणि संस्कृतीच्या उत्क्रांतीच्या दिशा फाकू लागतात. माणसाच्या प्रत्येक सद्गुणाला त्याच्या अंगच्या विकारांचंच ग्रहण लागू शकत असल्यामुळे हुकूमशाही अथवा आक्रमक विचारप्रणालींनी विज्ञानाच्या उपयोगांना विकृत वळण दिल्याचं वारंवार दिसतं.

कलावंत आणि वैज्ञानिक यांच्यावर नव्या तंत्रज्ञानाचे होणारे परिणाम काय असतील? किंबहुना मानवी प्रतिभा आणि प्रतिभेनेच निर्माण केलेली व्यावहारिक शस्त्रास्त्रं यांचा परस्परसंबंध नेमका काय आहे?

सृष्टीचं प्रमाण – स्केल – अजस्र आहे, अमित आहे. रेषेप्रमाणे एकमिती असो किंवा गणिती प्रतिभेनुसार अनेकमिती असो, प्रत्यक्षातली सृष्टी आणि मानवी आवाक्यातली सृष्टी यांत फरक आहे. अर्थात मानवी गणिती प्रतिभा हे मुळातच अमान्य करते. आपल्या इंद्रियांना जे जाणवू शकणारच नाही, ते आपण गणिताने ओळखतो; अथवा गणिताऐवजीच्या अन्य प्रातिभिक माध्यमांद्वारा ओळखतो. ऐंद्रिय माध्यमं आणि प्रातिभिक माध्यमं यांच्यातला फरक भारतीय परंपरेनुसार केला तर तो 'स्थूल' सृष्टी आणि 'सूक्ष्म' सृष्टी यांच्यातल्या फरकासारखा आहे. 'स्थूल' सृष्टी आणि 'सूक्ष्म' सृष्टी यांच्यात 'प्रत्यक्ष' दुवा साधणारी वैज्ञानिक साधनं माणूस सतत उत्पन्न करत असतो. उदाहरणार्थ, आपण याचि डोळा विश्वाचं सूक्ष्म आणि विराट रूप बघण्यासाठी 'इलेक्ट्रॉन मायक्रोस्कोप' आणि 'रेडिओ टेलिस्कोप'चा उपयोग करतो. आंधळ्याला चित्रकला ऐकता येईल; बहिऱ्याला संगीत दिसू शकेल; बहिऱ्या, मुक्या आणि आंधळ्याला निदान कलाकृतींची चव किंवा वास घेता येईल, अशा दिशेने आपलं विज्ञान गेलं, तरच ते खरोखर मनुष्यजन्माच्या शारीरिक मर्यादा ओलांडून आध्यात्मिक उंचीला पोहचेल, असं म्हणता येईल. सर्व माणसांच्या

मानवतेला स्पर्श करून सर्व मानवतेपलीकडच्या विश्वाचा अनुभव घेणं, हे माणसाचं ध्येय असलं पाहिजे.

अर्थात माणसाचं वैयक्तिक ध्येय आणि मनुष्यमात्राचं सामूहिक कल्याण यांची आजवर कधीच सांगड जमलेली नाही. ज्याप्रमाणे माणूस जी उपकरणं वापरतो त्यांचा माणसाच्या वागणुकीवर आणि दृष्टिकोणावर परिणाम होतो, त्याचप्रमाणे सामूहिक कल्याण, त्यांच्या संकल्पना यांचा परस्परांवर परिणाम होतच असतो. वैज्ञानिक संशोधनासाठी मिळणारं अनुदान समाजाकडून संशोधकाला मिळतं. कलात्मक यशासाठी मिळणारे पुरस्कार कलावंतांना समाजाकडून मिळतात. याप्रमाणे कुठे ना कुठे सामूहिक पाठिंबा मिळाल्याविना प्रातिमिक कामगिरी होत नाही. प्रतिभावंतांच्या डोक्यावरचं छप्पर, त्यांच्या स्वयंपाकघरातली चूल, त्यांच्या हाताशी असणारी साधनं, त्यांना प्राप्त होणाऱ्या संधी हे सर्व कुठून येतं? अर्थात हे सर्व इतर माणसांकडूनच येतं. सबंध समाजाचा पाठिंबा मिळो न मिळो, स्वत:च्या समाजातल्या इतर माणसांचा पाठिंबा मिळाल्याशिवाय माणूस फारसा पुढे जाऊ शकत नाही. प्रतिभेचं मूळ रहस्य असेल ते असो, पण प्रतिभावंताच्या सार्वजनिक यशाचं रहस्य सामाजिक व्यवस्थापनाच्या मानवी प्रेरणेत आहे.

चंगळवादी किंवा उपभोक्ताकेंद्रित समाजामध्ये भोग्य वस्तू आणि विषय कोण ठरवतो? प्रचार आणि जाहिरातींची माध्यमं कोणाच्या ताब्यात असतात? बाजारपेठांचे खरे सूत्रधार कोण असतात?

गिऱ्हाइकांना समाधानाचा पुरवठा करणं, हे बाजारी समाजव्यवस्थेचं मूळ ध्येय मानलं जातं. पण सतत असमाधानाची जाणीव उत्पन्न केल्याशिवाय समाधानाची 'मागणी' वाढणार नाही. 'मागणी' वाढल्यावरच पुरवठ्यासाठी उत्पादन होणार, तेव्हा समाजात सतत असमाधान, अतृप्ती, न पुरवल्या गेलेल्या इच्छा, असूया, हेवेदावे यांचं वातावरण टिकवल्याशिवाय उत्पादन उपभोगाची चक्रं अविरत फिरू शकणार नाहीत. पाश्चिमात्य समाजाची जी कार्यक्षमता आपल्याला थक्क करते, तिच्या बुडाशी सतत उत्तेजित आणि उद्दीपित अवस्थेत असलेलं, अतृप्तीतून तृप्तीकडे आणि तृप्तीतून अधिकाधिक तृप्तीकडे जाण्याचा प्रयत्न करणारं शरीर आणि मन आहे.

अतिविकसित जगात आज अर्थार्जनासाठी माणसाला फार शारीरिक किंवा मानसिक कष्ट घ्यावे लागत नाहीत.

विश्रांती आणि मनोरंजनासाठी मिळणारा वेळ वाढत चालला आहे. मात्र विश्रांती आणि मनोरंजनाच्या वाढलेल्या वेळेचा वाढता वाटा काबीज करू पाहणाऱ्या कंपन्या आपापल्या सेवा, उपभोग्य वस्तू आणि करमणुकीच्या साधनांचा आक्रमकपणे विक्रय

करू पाहत असतातच. माणसांनी सुखलोलुप व्हावं, इंद्रियसुखात डुंबत राहावं, जणू काय पृथ्वीवर नंदनवन उतरून आलंय अशा थाटात अनुभव चाखत राहावं, अशी या समाजाची श्रेयकल्पना आहे.

या श्रेयकल्पनेनुसार जे कलाप्रकार निर्माण होतील, तेही मुख्यत: उत्कट इंद्रियानुभव किंवा तीव्र आभास उत्पन्न करणारेच असणार. वाचकाला, प्रेक्षकाला, श्रोत्याला, भोक्त्याला जास्तीतजास्त 'सुख' देणारी 'कला'च या नव्या तंत्रवैज्ञानिक माध्यमांद्वारा माणसांपर्यंत पोहचेल. आजच्या अर्थाने पुढे कला तरी टिकेल की नाही, कोण जाणे.

इलेक्ट्रॉनिक माध्यमांनंतरच्या आजच्या (आणि उद्याच्या) जगात माणसांचं सामूहिक जीवन दृक्‌श्राव्य प्रतिमासृष्टीच्या पातळीवर आलेलं आहे. आखाती युद्धाच्या वेळी आपल्याला याची चुणूक दिसली. अत्याधुनिक क्षेपणास्त्रं आणि विमानं, आतषबाजीसारखे स्फोट आपण पाहत होतो. लाखो लोक मेल्याचं आपल्या अजूनही लक्षात आलेलं नाही. एखादा चित्रपट पाहावा तसं आपण प्रत्यक्षातलं भीषण युद्ध पाहिलं.

धर्माप्रमाणेच कला हे माणसांनी एकत्र येऊन परस्परांच्या आत्म्याचं दर्शन घेण्याचं क्षेत्र आहे, याचा कदाचित एकविसाव्या शतकात आपल्याला विसर पडेल!

दि. १८ ऑगस्ट १९९१

□□□

परमेश्वरानंतरचं जग

या शतकाच्या सुरुवातीला अगदी १९०० मध्येच जर्मन तत्त्वज्ञ नीत्शे मरण पावला. नीत्शेने तत्त्वज्ञानाच्या क्षेत्रात जे नवे विषय आणले आणि ज्या वैशिष्ट्यपूर्ण पद्धतीने ते मांडले, त्यांनी विसाव्या शतकातल्या अस्तित्ववादी विचारसरणीचा पाया घातला.

एकोणिसाव्या शतकातच अस्तित्ववादाची मूळ मांडणी करणारा दुसरा तत्त्वज्ञ म्हणजे डॅनिश धर्मचिकित्सक कीएर्केगॉर. नीत्शे आणि कीएर्केगॉर यांची अस्तित्ववादी विचारसरणी विभिन्न वळणांची आहे. कीएर्केगॉर हा ईश्वरवादी आस्तिक आहे. नीत्शे हा निरीश्वरवादी, नास्तिक. मात्र या दोघांनी नैतिक मूल्यं, सौंदर्यमूल्यं किंवा कलात्मक मूल्यं जीवनातल्या श्रेयाची आणि प्रेयाची कल्पना, मानवी भावना, मानवी प्रेरणा, माणसाचं आंतर्जीवन आणि त्यातली द्वंद्वं अशा अनेक गोष्टींविषयी मूलभूत नव्या जाणिवांना तत्त्वज्ञानाच्या चर्चेत आणलं. विज्ञानाने बाह्य विश्वावर हुकमतीचा दावा केल्यानंतर बाह्य विश्वात ईश्वराला तर स्थान राहिलं नाहीच, पण माणसालाही विशेष वाव उरला नाही. मानवी संवेदना, मानवी इंद्रियानुभव, मानवी भावना, प्रेरणा, विचार, जाणिवा, मानवनिर्मित कलाकृती आणि वाङ्मयकृती, मानवांमधले परस्परसंबंध इत्यादी अनेक बाबी अजून तरी विज्ञानाच्या कक्षेत आल्या नव्हत्या. पण विज्ञानाने बाह्य विश्व जसं ईश्वरविरहित आणि ईश्वरनिरपेक्ष बनवून टाकलं तसंच माणसाचं अंतर्विश्व मानवविरहित आणि मनुष्यनिरपेक्ष करून टाकण्याची जणू धमकी दिली. मानवी जाणिवेची स्वतंत्रता, मानवाच्या मूल्यनिर्मितीच्या अधिकाराचं समर्थन आणि आशयनिर्मिती किंवा सार्थक आणि निरर्थकाचा निर्णय करण्याचं त्याचं सामर्थ्य या गोष्टींवर अस्तित्ववाद्यांनी पुढे भर दिला.

विसाव्या शतकाच्या पूर्वार्धात एडमंड ह्यूझेर्ल या तत्त्वज्ञानाने फेनोमेनॉलॉजी ही विचारशाखा सुरू केली आणि माणसाची जाणीव ही निरुद्देश नसून हेतुपुर:सर विशिष्ट गोष्टींवर ध्यान देणारी, विशिष्ट कृतीच्या दिशेने जाणारी, अमुक एका प्रक्रियेचं अमुक एका दिशेने संचालन करणारी असते, असा 'उद्दिष्टानुसारित्वा'चा सिद्धान्त मांडला. ह्यूझेर्लच्या तत्त्वज्ञानाचा प्रभाव मार्टिन हायडेगरसारख्या त्याच्या अस्तित्ववादी विद्यार्थ्यांवर तर पडलाच, पण जर्मनी आणि फ्रान्स या दोन युरोपियन देशांमधल्या तत्त्वज्ञानाला त्याने नवं वळण दिलं. पुढे हायडेगर, यास्पर्स, फ्रॉम वगैरेंसारख्यांनी जर्मनीत, तर झ्यां पोल सार्त्र, मार्सेल, आल्बेर काम्यू इत्यादी लेखकांनी आणि मर्लो पाँतीसारख्या तत्त्वज्ञांनी या विचारशाखेच्या नव्या प्रशाखा निर्माण केल्या. अँग्लो-

सॅक्सन ऊर्फ इंग्लंड-अमेरिकेतलं तत्त्वज्ञान मात्र या युरोपियन प्रवाहांपासून पुष्कळसं अलिप्त राहिलं.

विसावं शतक आता संपत आलंय. एकोणिसाव्या शतकात 'सेक्युलर' विचारांनी तत्त्वज्ञानात प्रचंड धरणीकंप घडवून आणले. धर्माची आणि ईश्वराची जागा कोण किंवा काय घेणार, असा प्रश्न युरोपातल्या विचारवंतांना पडला होता. "सर्व चिकित्सेची सुरुवात धर्माच्या चिकित्सेपासून होते," असं म्हणणारा कार्ल मार्क्स त्या एकोणिसाव्या शतकातलाच. एकोणिसाव्या शतकापासून आस्तिक अल्पसंख्य एका बाजूला, तर नास्तिक बहुसंख्य दुसऱ्या बाजूला, असे विचारवंतांमध्ये तट पडले. ईश्वराचं निर्याण आणि विज्ञानाचा प्रवेश यांमुळे या वैचारिक नाट्यात उलथापालथ झाली. आपल्याकडे जरी एकोणिसाव्या शतकात जोतिबा फुले, गोपाळ गणेश आगरकर वगैरेंसारखे धर्माची चिकित्सा बौद्धिक निकषांवर करणारे अपवादात्मक लोक झाले, तरी आपल्या संस्कृतीतून सहज काढून टाकण्यासारखा ईश्वर तरी आपल्याकडे नसावा किंवा सहजासहजी आवरता घेता येण्याजोगा धर्म तरी इथे नसावा. आपल्याकडे धार्मिक संस्कृतीची विविधता जास्त आहे आणि धार्मिक संस्कृतींचे परस्परसंबंध गुंतागुंतीच्या सत्तासमतोलांवर आधारलेले आहेत. आधुनिक काळात ते या शतकातच विचलित झाले आणि त्यातून फाळणीसारखी रक्तरंजित घटना घडून आली. आपल्या देशात धर्मनिरपेक्षतेचा अर्थ लावला जातो, तोच मुळी "सर्व घटकांना समान लेखणारं धार्मिक संघराज्य" अशा स्वरूपाचा. थोडक्यात आपल्या उपखंडात धर्माचा अर्थच राजकीय आहे. युरोपात विज्ञान विरुद्ध (ख्रिस्ती) धर्मसंस्था आणि धर्मश्रद्धा असा संघर्ष होता. तो अनेकविध धर्मांचा, जातींचा, वर्णांचा, वंशांचा संघर्ष नव्हता. गॅलिलिओसारख्या वैज्ञानिकाला पूर्वी युरोपात धर्मसंस्थेपुढे आणि श्रद्धेपुढे पड खावी लागली होती. कारण त्याच्या काळी धर्मसत्ता प्रबळ होती. पण एकोणिसाव्या शतकात चार्ल्स डार्विनसारख्या वैज्ञानिकाविरुद्ध श्रद्धाळूंनी टीकेचं वादळ उठवलं तरी डार्विनवादानेच धर्मश्रद्धेवर विजय मिळवला.

युरोपात असं होण्याची कारणं फार गुंतागुंतीची आहेत. याबाबत एक प्रचलित सिद्धान्त असा आहे की प्राचीन ग्रीक संस्कृतीतच आजच्या पाश्चिमात्य विज्ञानानुसारी संस्कृतीची बीजं होती आणि तत्त्वज्ञान व विज्ञान या दोन्ही क्षेत्रांमध्ये विशिष्ट पद्धती, विशिष्ट निकष, विशिष्ट व्यवस्थापन आणि विविष्ट प्रयोगशीलता यांच्यावर भर देणारी एक अखंड विकासणारी परंपराच युरोपात आहे.

जगाचा इतिहास एकवटण्याची प्रक्रिया विसाव्या शतकात सुरू झालेली आहे. अशा परिस्थितीतच पश्चिमकेंद्रित संस्कृतीच प्रमाण ठरली, तर त्या मानाने आशिया,

आफ्रिका, दक्षिण अमेरिका या खंडांमधली प्रचंड लोकसंख्या 'मागासलेली' मानण्याखेरीज पर्यायच उरणार नाही. 'पुढारलेले' विरुद्ध 'मागासलेले' असा नवा वर्गसंघर्ष तर भावी जगातलं मुख्य द्वंद्व नसेल?

असो, पुन्हा थोडे मागे वळून आपण नीत्शने निर्माण केलेल्या मूल्यांच्या रणांगणाकडे पाहू. नीत्शाच्या मते ईश्वर नष्ट केल्यानंतर माणसावरच मूल्यं आणि मूल्यव्यवस्था निर्माण करण्याची जबाबदारी आली. कशाच्या आधारावर माणूस ही मूल्यं निर्माण करणार? आणि सर्व माणसं मानवनिर्मित मूल्यं स्वीकारणार हे म्हणणं ठीक आहे, पण प्रत्यक्षात मूल्यांसाठी अराजक माजणं, सत्तासंघर्ष होणं, रक्तपात होणं अटळ नाही का? ईश्वरी न्यायाच्या जागी मानवी न्याय येतो, तेव्हा त्या मानवी न्यायाची तत्त्वं आणि कसोट्या कोणती माणसं ठरवणार आणि कोणत्या प्रक्रियेने?

नीत्शने आणखी एक अस्वस्थ करणारा विचार मांडला, तो वैराग्याचा विरोध आणि सुखासीनतेचा पुरस्कार करणारा. नास्तिक आणि जडवादी भूमिका एकदा आपण स्वीकारली की उपभोगवादाकडे आपण जाणं अटळ ठरेल. या उपभोगवादातून मानवाचा विकास होईल की ऱ्हास? स्वर्गीय सुख उपभोगण्यासाठी आणि निरंतर त्या सुखातच राहण्यासाठी माणूस कोणत्या प्रकारची संस्कृती उभारील? अशी संस्कृती उभारता येणं शक्य आहे का? की स्वत:च्या सुखाखातर इतरांची पिळवणूक करणारे 'पुढारलेले' वैज्ञानिक लोक आणि त्यांच्याकडून पिळले जाणारे अडाणी 'मागासलेले' लोक अशी समाजाची विभागणी अटळच आहे? यातून नव्या फॅसिस्ट सत्ताव्यवस्थेची निर्मिती तर होणार नाही? आजचा चंगळवाद नेमका अशाच नास्तिक, नाठाळ, पाखंडी आणि मूल्यभ्रष्ट फॅसिझमकडे आपल्याला नेतोय की काय? कीएर्केगॉरच्या मांडणीत सुखाचा आणि नैतिकतेचा संबंध विपरीत किंवा विरोधी असतो, तर नीत्शाच्या विचारसरणीत ईश्वर भ्रष्ट झाल्यानंतर मनुष्य स्वत:च्या जबाबदारीवर संपूर्णपणे इहवादी अशी संस्कृती पृथ्वीवर निर्माण करू शकतो. अखेर मनुष्यानेच परमेश्वराची जागा घेण्याने ही प्रक्रिया परिपूर्ण होऊ शकते. मनुष्याने तशी ईर्ष्या, महत्त्वाकांक्षा आणि क्षमता दाखवणं हे त्याचं अटळ कर्तव्य आहे. नीत्शने भावी महामानवाची धर्मनिरपेक्ष, इहवादी आणि जडवादी संस्कृतीच्या संदर्भात जी कल्पना मांडली, तिचा ठोकळेबाज आणि विकृत स्वरूपात नाझी नेत्यांनी पुनरुच्चार केला. फॅसिस्ट जर्मनीतले नॉर्डिक वंशाचे लोक हेच मूळचे आणि शुद्ध आर्य असून तेच पृथ्वीवर राज्य करायला लायक आहेत, अशी नात्झी लोकांची भ्रामक समजूत होती. वंशवर्चस्वाच्या या कल्पनेचा तसा नीत्शाच्या विचारांशी संबंध नसला तरी नीत्शाच्या विचारांमधून विकृत निष्कर्ष काढता येणं अशक्य नाही. किंबहुना पुढील

काळात काही अस्तित्ववादी कम्युनिझमकडे वळले, तर काही फॅसिझमकडे झुकले आणि या ना त्या रूपात अतिरेकी व्यवहारांचा त्यांनी पुनरुच्चार केला, असंही आढळतं.

'तुकारामाची गाथा' आजच्या संदर्भात वाचताना तुकोबांच्या भक्तीची अस्तित्ववादाशी तुलना करण्याचा मोह होतो. कीएर्केगॉर, नीत्शे यांच्यासारखे तत्त्वज्ञ आणि दस्तयेफस्की, काफका यांच्यासारखे लेखक जीवनाचं जे भयावह भान व्यक्त करतात आणि परमेश्वराच्या असण्या-नसण्याचा जो निकरावर येऊन विचार करतात, तोच तुकोबांच्या काव्यात दोन शतकं अगोदर उमटलेला आहे. ज्ञानदेवांच्या काळी भक्ती क्रांतिकारक होती, पण तिला खरंखुरं लढाऊ रूप तुकोबांच्या आत्मसंघर्षात लाभलं. "परमेश्वर नसला तर तो निर्माण करावा लागेल," असं नीत्शने एके ठिकाणी म्हणून ठेवलंय.

स्वत:वर विश्वास ठेवणं माणसाला मुळातच अवघड जातं. त्यामुळे श्रद्धा अशक्य बनत असावी. उलटपक्षी माणसाचा स्वाभाविक कल श्रद्धेकडे विशेषत: अंधश्रद्धेकडे आहे, असंही मानायला जागा आहे. आपण एक जीव आहोत आणि आपल्याला स्वाभाविक किंवा नैसर्गिक मर्यादा आहेत. आपल्या अंगी दोष, उणिवा किंवा विकृती असण्याचा संभव आहे आणि आपले दोष अथवा मर्यादा आपल्या निर्णयांमध्ये आणि विचारांमध्ये उतरू शकतात याची माणसाला सतत जाणीव ठेवावी लागते. आपण चुका करू शकतो, पण केलेल्या चुकांपासून त्या चुका टाळायला आपण शिकतो. विवेकबुद्धीचा पाया म्हणजे स्वत:च्या मर्यादांची जाणीव. अमर्याद महत्त्वाकांक्षा, ईर्षा, अहंकार, दुरभिमान आणि आपण सर्वज्ञ आहोत, असा गैरसमज माणसाच्या अंगी वारंवार दिसून आलेला आहे. सत्तेच्या अभिलाषेने माणसं इतर माणसांवर बलात्कार करतात. माणसं माणसाविरुद्ध सतत गुन्हे करत असतात. माणसाच्या बुद्धीचा आणि विचारशक्तीचा जास्तीतजास्त विनियोग लांडीलबाडी करण्यात, इतरांना फसवण्यात होतो.

एकोणिसाव्या शतकातच नीत्शने जाहीर केलं, "परमेश्वर मेला." हा नुसता इशारा होता. पुढे काय? असा प्रश्न उभा करण्यासाठी हे नाट्यपूर्ण विधान केलेलं होतं. परमेश्वराला जगाचा निर्माता, मूलाधार मार्गदर्शक आणि नियंता मानणाऱ्या लोकांना विज्ञानयुगात आपली श्रद्धा टिकवणं कठीण जाणार हे उघड आहे. परमेश्वर अशी कोणी व्यक्ती किंवा संस्था आहे, असं सिद्ध करणं जड आहे, हे उघडच आहे. नवसांना पावणारे देव, भक्ताच्या रक्षणासाठी धावून येणारे देव, अलौकिक चमत्कार करणारे देव आताशा आपल्याला अनुभवता येत नाहीत. तरीही पाश्चिमात्य देशांमध्येसुद्धा श्रद्धा ठेवण्याची गरज माणसांना जाणवतेच. लहान मुलांना आपले

आई-वडील सर्वशक्तिमान वाटत असतात. पुढे त्यांच्या मर्यादा कळू लागल्यावर नवी श्रद्धास्थानं किंवा अधिकारस्थानं आपण मानून चालतोच. नीत्शने लोकांना जो धक्का दिला, तो त्यांना सावध करण्यासाठी. मूल्यनिर्मितीची जबाबदारी माणसाच्या स्वत:च्या सर्जनक्षमतेवर आहे, हे माणसाने ओळखायला हवं. यात मानवनिर्मित मूल्यांमध्ये आपसात स्पर्धा होणार आणि विचारप्रणालींचे निरंतर संघर्ष होत राहणार, हेही अभिप्रेत आहेच.

दि. २५ ऑगस्ट १९९१

□□□

नाहीसे होणारे समाज

पश्चिमी साम्राज्यवाद आणि वसाहतवाद जसजसा जगभर पसरत गेला, तसतशी पृथ्वीवरल्या मानवी संस्कृतींची विविधता पाश्चिमात्य देशांतल्या पंडितांना जाणवू लागली. अठराव्या शतकापासून युरोपात प्राच्यविद्येचा अभ्यास होऊ लागला. पुढे जसे भौगोलिक संशोधन करणारे साहसी प्रवासी आफ्रिका, दक्षिण अमेरिका, आशिया, पॅसिफिकमधले द्वीपसमूह, ऑस्ट्रेलिया अशा युरोपियनांच्या अज्ञात प्रदेशात प्रवेश करू लागले, तसं या 'नव्या' प्रदेशातल्या भाषा, राहणी, चालीरीती, धार्मिक श्रद्धा, परंपरा, कला, वाङ्मय इत्यादी जीवनाच्या सर्वच पैलूंबद्दल कुतूहल वाढू लागलं.

आधुनिक मानवशास्त्राची सुरुवात गेल्या शतकाच्या अखेरीला किंवा या शतकाच्या आसपास झाली. इंग्रज मानवशास्त्रज्ञ सर जेम्स फ्रेझर यांनी जगभरच्या संस्कृतींचा तौलनिक अभ्यास करून त्यातून मानवी मनोव्यापारांविषयीची सार्वभौम तथ्यं मांडण्याचा प्रयत्न केला, तर जन्माने पोलिश पण ब्रिटिश नागरिकत्व पत्करलेल्या ब्रॉनिस्लाव मॅलिनॉवस्की यांनी मेलोनेशियातल्या एका लहान खेड्याचं चार वर्षं व्यक्तिश: अवलोकन करून संशोधन केलं आणि दूर अंतरावरल्या विचित्र भासणाऱ्या या आदिवासी जमातीचा सामाजिक संसार कसा चालतो, ते दाखवण्याचा प्रयत्न केला. प्रत्यक्ष अवलोकनाचा, संशोधनाचा आणि अभ्यासाचा जो पायंडा मॅलिलॉवस्की यांनी पाडला, तो मानवशास्त्राचा एक भाग. तर संस्कृतीच्या तौलनिक किंवा सापेक्ष अभ्यासातून मानवतेच्या सांस्कृतिक व्यवस्थांविषयी निष्कर्ष काढणं ही मानवशास्त्राची दुसरी बाजू.

मागे 'परमेश्वरानंतरचं जग' या लेखांकात अस्तित्ववाद्यांविषयी लिहिताना ज्यॉं पोल सार्त्र आणि मॉरीस पॉंती या दोघांचा ओझरता उल्लेख केला होता. यांचा फ्रान्समधला समकालीन क्लॉद लेव्ही ष्ट्राऊस हा विसाव्या शतकातला अग्रगण्य मानवशास्त्रज्ञ, किंबहुना मानवतत्त्वज्ञच. लेव्ही ष्ट्राऊसने एके ठिकाणी म्हटलं आहे, ''किरणोत्सर्गी द्रव्यांचं जितकं त्वरित विघटन होतं त्याहीपेक्षा भराभर देशी संस्कृती नाश पावत चालल्यात.''

आज पर्यावरणाच्या विध्वंसाविरुद्ध रास्तपणे जगभर आवाज उठवला जातो आहे. मात्र पर्यावरणाशी ज्यांची जीवनशैली एकरूप झालेली आहे, अशा ठिकठिकाणच्या लोकसंस्कृतींच्या विध्वंसाबद्दल मात्र निषेधाचे इतके तीव्र आवाज उठत नाहीत. आदिवासींबद्दल बोलताना नागरी भारतीय जी भाषा वापरतात ती कळत-नकळत

वसाहतवादी आणि साम्राज्यवादी मिशनऱ्यांची भाषा असते. आदिवासींच्या भूप्रदेशावर आक्रमण करून तिथल्या नैसर्गिक संपत्तीची लुटालूट करायला आपण जातो. मात्र जणू काय आपला मुख्य उद्देश त्या 'मागासलेल्या बांधवांना माणसांत आणणं' हा आहे, असं आपण भासवतो. इतर माणसांचा विकास करण्याची जबरदस्ती करणारे, परकीय समाजांवर प्रगतीचं ओझं लादणारे, जगज्जेत्यांच्या किंवा प्रेषितांच्या भूमिका वठवणारे लुटारू असतात. भारतात आजही आपण अंतर्गत साम्राज्यवाद आणि वसाहतवाद चालूच ठेवला आहे. युरो-अमेरिकन सांस्कृतिक-आर्थिक साम्राज्यवाद जसा तिसऱ्या जगावर आपली मूल्यं लादतो आहे, तसेच तिसऱ्या जगातले देशी सत्ताधारी वर्ग आपापली मूल्यं आदिवासींवर लादत आहेत.

काही अंशी मोठ्या संस्कृतींनी लहान संस्कृतींना गिळंकृत करणं, 'प्रमाण' भाषांनी बोलीभाषांना गिळंकृत करण्याइतकंच स्वाभाविक आहे. सृष्टीतले जीव ज्याप्रमाणे परस्परांचं भक्षण करूनही एक व्यापक, संतुलित जीवनचक्र अव्याहत चालू ठेवतात, त्याचप्रमाणे संस्कृतीचं व्यापक चक्र विविधतेचं संतुलन साधून चालू राहायला हवं. संस्कृतिभक्षणाची आजची प्रक्रिया बेछूट आणि अमर्याद आहे. तिचा तोल साधणं निकडीचं आहे.

मात्र सध्या तशी परिस्थिती दिसत नाही. मूळ देशी संस्कृती भराभरा नाहीशा होत आहेत किंवा व्यापक आणि संमिश्र अशा 'चालू' किंवा 'प्रमाण' संस्कृतीत सामावल्या जात आहेत. चंगळवादी व्यवस्थेत बाजारपेठा सतत वाढत राहणं आणि आर्थिक उलाढालीचा वेग निरंतर वाढणं श्रेयस्कर मानलं जातं. आज आपण माहितीची देवघेव विजेच्या गतीने व्हावी, संगणनाच्या अत्यंत गुंतागुंतीच्या प्रक्रियासुद्धा प्रकाशाच्या वेगाने व्हाव्या अशी साधनं निर्माण केली आहेत. दळणवळणाची आणि वाहतुकीची जास्तीतजास्त गतिमान साधनं आपण सतत निर्माण करत आहोत. हे सर्व वेळ वाचवण्यासाठी असलं तरी उलटपक्षी वाचवलेला वेळ कसा घालवायचा ही आधुनिक माणसाची सर्वांत बिकट समस्या आहे. बेचैनी, अस्वस्थता, अस्थिरता, असुरक्षितता या भावना चंगळवादी संस्कृतीच्या गतिमान अर्थचक्राला वेग देणाऱ्या प्रेरणा आहेत. त्यांना सतत चेतवणं हे या संस्कृतीचं एक मुख्य कार्य आहे. बेचैनी हाच आपला धर्म आहे. देशाच्या वेडाने आपण झपाटलो आहोत. सतत बदल आपल्याला हवा आहे.

याउलट नाहीशा होणाऱ्या लोकधर्मात आणि लोकसंस्कृतींमध्ये त्या त्या लोकांनी हजारो वर्षं जोपासलेल्या, वाढवलेल्या आणि टिकवलेल्या कित्येक गोष्टी, कित्येक निर्मिती, कित्येक कला, कित्येक विद्या, कित्येक रहस्यं असू शकतील. मुख्य म्हणजे लोकधर्मात आणि लोकसंस्कृतीत आधुनिक मनुष्याच्या असाध्य मानसिक व्याधींवर कदाचित रामबाण उपाय आढळतील.

भारतातल्या लोकसंस्कृतींची, भारतातल्या नागर अभिजन वर्गाने ऊर्फ शहरी उच्च वर्गाने उपेक्षाच केली असली तरी विदेशी अभ्यासकांनी त्यांचा पुष्कळ अभ्यास केलेला आहे. हे अभ्यासक केवळ आपल्या माजी राज्यकर्त्या ग्रेट ब्रिटनमधले नसून फ्रान्स, जर्मनी वगैरे युरोपियन देशांतले किंवा अमेरिकेतलेही आहेत. मात्र भारतात होणारे बदल इतके झपाट्याने होत आहेत की आपला अभ्यासविषय आणि त्याचे जिवंत संदर्भ बघता बघता नष्ट होऊन गेल्याचा अनेकांना अनुभव आलेला आहे.

लोकसंस्कृती तर दुबळ्या, अल्पसंख्य आणि आक्रमकांनी घेरलेल्या आहेत. त्यांची गोष्ट वेगळी. पण आपल्या 'प्रमाण' देशी परंपरासुद्धा भराभर लोप पावत चालल्यात. स्वयंपाक हे माणसाच्या कुटुंबाचं, जातीजमातींचं, प्रदेशाचं वैशिष्ट्य आवर्जून मांडणारं माध्यम. स्वयंपाकात त्या त्या कुटुंबाची किंवा जातीची परंपरागत स्वाक्षरी असते. 'आपण' आणि 'ते', 'आम्ही' आणि 'तुम्ही' यांच्यातले फरक स्वयंपाकावरून सांगता येतात, नव्हे सांगितले जातात. विशिष्ट मसाले, विशिष्ट फोडण्या, विशिष्ट भाजीपाला किंवा फळभाज्या किंवा कंदमुळांना दिलेलं प्राधान्य, खास पाकक्रिया कौटुंबिक आणि वांशिक परंपरा म्हणून एका पिढीकडून पुढल्या पिढीकडे जात असतात. मात्र या शतकात भारतातल्या प्रत्येक शहरी घरात तरी या परंपरा क्रमशः नाहीशा किंवा क्षीण झालेल्या आढळतील. अन्नपाण्यातही आपापली ओळख टिकवण्याची धडपड करणाऱ्या माणसांनी नव्या पदार्थांद्वारा नवी आत्मप्रतिमा स्वीकारलेली आहे. हे बरोबर किंवा चूक ठरवण्याचा कोणालाच अधिकार नाही. मात्र माणसाची सांस्कृतिक आत्मप्रतिमा जगभर बदलते आहे, तिचा हा एक छोटासा तपशील.

आपली सांस्कृतिक आत्मप्रतिमा बदलते आहे, इथवर ठीक आहे. पण हा बदल उत्स्फूर्तपणे आपला आपण घडवतो आहोत, की तो कोठूनतरी आपल्यावर लादला जातोय? आणि आपली आत्मप्रतिमा नुसती बदलतेय की साफ पुसून टाकली जातेय? आणखी पन्नासेक वर्षांनी आपल्यापाशी स्वतःला ओळखण्यापुरती तरी संस्कृती शिल्लक उरणार आहे का? हे प्रश्न मात्र भेडसावणारे आहेत.

ज्याला 'बीन' म्हणतात ते रुद्रवीणा हे उत्तर भारतीय अभिजात संगीतातलं एके काळचं अत्युच्च पदावरलं वाद्य. आज हे वाद्य वाजवणारे पंपरागत कलेचे वारस दहासुद्धा निघणार नाहीत! हे वाद्य बांधू शकणारे कारागीर म्हातारे होऊन गेलेले आहेत किंवा मरून गेलेले आहेत. अलीकडेच जे वारले त्या झिया मोईनुद्दीन डागर यांचा एक फ्रेंच शिष्य फिलिप ब्रुगूएर हयात बीनकरांची यादी बनवत होता. त्याच्याकडून ही गोष्ट समजली.

जेव्हा समाज नाहीसा होतो, तेव्हा त्याच्या ओळखीच्या सर्व खास खुणा

एकापाठोपाठ एक पुसटून जाऊ लागतात. मग ती एखाद्या बिर्याणीची पाकक्रिया असो किंवा बीनसारखं वाद्य आणि त्यासाठी रचलेली स्वररचना. प्रत्येक प्रदेशात, संस्कृतीत, परंपरेत असे 'सांस्कृतिक शोध' लावले जातात की ज्यांची पेटंट घेता यावीत. पण एखाद्या वाद्याचा जेव्हा वंश खुंटतो, तेव्हा त्या वस्तूबरोबर त्या वस्तूतून निघणारं संगीत, त्या संगीताची संकल्पना करणारे, ते वाद्य वाजवण्याचं तंत्र आणि शैली जोपासणारी माणसं, त्या वाद्याची रचना आणि जडणघडण करणारे कारागीर, ते वाद्य ऐकण्याची रसिकता असणारे श्रोते हे सगळंच एकाच वेळी खलास झालेलं असतं. म्हणजेच एक पूर्ण व्यवस्था नष्ट झालेली असते.

काही परंपरा पटकन नाहीशा होत असतात, तर काही झिजून आणि झुरत झुरत मरून जातात. बाजारपेठांवर आधारलेल्या आधुनिक अर्थव्यवस्थेत जिचं उत्पादन मोठ्या प्रमाणावर करता येईल; जिची विक्री जलद होईल; जिचं वितरण सुलभ असेल अशाच वस्तूच्या उत्पादनाला प्राधान्य दिलं जातं. छोट्या छोट्या समाजांच्या संस्कृतिविशिष्ट उत्पादनांना मोठ्या बाजारव्यवस्थेत स्थान मिळणंच अवघड. शिवाय मोठ्या बाजारव्यवस्थेचं वर्चस्व लहान आणि स्वतंत्र उत्पादकांना स्वीकारायला भाग पाडणं म्हणजेच त्यांना मांडलिक किंवा त्याहीपेक्षा बलुतेदारच बनवण्यासारखं झालं.

अशी स्थिती अतिविकसित पाश्चिमात्य संस्कृतीच्या साम्राज्यात आपल्यासारख्या समाजाची होणार आहे. उलट आपल्या समाजाने आपल्याच लोकसंस्कृतींवर हेच आक्रमण इतक्याच निर्दयपणे चालवलेलं आहे. आपला समाज आतून-बाहेरून नाहीसा होतोय. एका प्रचंड आणि बिनचेहऱ्याच्या भावी लोकसंख्येतले आपण अपूर्णांकवजा तुकडे आहोत.

दि. १ सप्टेंबर १९९१

□□□

एकविसाव्या शतकात मराठी

एक हजार वर्षांपूर्वी आपली मराठी भाषा उगम पावली. आठ शतकं तिच्यात वाङ्मयनिर्मिती होत आहे. आज भारतात मराठी भाषकांचं स्वतंत्र घटकराज्य आहे. सुमारे सहा कोटी माणसं आज मराठी भाषा बोलतात. लोकसंख्येच्या निकषानुसार ती जगातल्या प्रमुख भाषांमध्ये मोडते. शंभरातला एक तरी माणूस सध्या मराठी बोलतो. विसावं शतक संपताना ही अशी स्थिती आहे.

एकविसाव्या शतकात मात्र भारतातल्या अन्य भाषासंस्कृतींप्रमाणेच मराठीचीही पीछेहाट होण्याची दाट शक्यता आहे. याचं मुख्य कारण म्हणजे आजसुद्धा आपल्या भाषेचं जोमाने संवर्धन करावं; तिचा जगात प्रसार करावा; तिच्या वाङ्मयीन वैभवाचा आंतरराष्ट्रीय दबदबा निर्माण करावा, अशा प्रकारचं आपलं सामुदायिक धोरण नाही. जगाच्या सांस्कृतिक मैदानात आपण अजून उतरलेलोसुद्धा नाही. त्याचप्रमाणे जगाचंही मराठीत म्हणावं तितकं प्रतिबिंब पडलेलं नाही. समकालीन जगाची विशेष जाणीव मराठी वाचकांना आहे, असं मराठी वर्तमानपत्रं, नियतकालिकं आणि ग्रंथसूची वाचून वाटत नाही. प्रत्यक्षात जरी काही मराठी भाषक माणसं जगातल्या प्रत्येक अतिविकसित देशात, ज्ञानाच्या, विज्ञानाच्या किंवा तंत्रज्ञानाच्या प्रत्येक महत्त्वाच्या शाखेत पोहचलेली असली तरी त्या माणसांनी मराठी समाजाबाहेर एकमार्गी प्रवास केलेला आहे. याचं कारण आपण जगात जेते किंवा नेते म्हणून उतरलो नसून निष्ठावंत सेवक आणि कष्टाळू कार्यकर्ते किंवा वाकबगार कारागीर आणि कार्यक्षम व्यावसायिक म्हणून शिरलो आहोत. वसाहतवादाने नमवलेल्या लोकांमध्ये जी कायम दुय्यम भूमिका घेणारी पडखाऊ वृत्ती असते, ती आपण नकळत बाणवली आहे. आपली पीछेहाट आपल्या यापूर्वीच्या आणि सध्याच्या सांस्कृतिक धोरणाचा किंवा अशा धोरणाच्या अभावाचा सरळ परिणाम आहे. प्रगतीसाठी किंवा विकासासाठी आपला मराठीपणा बाजूला ठेवून एका व्यापक आंतरराष्ट्रीय संस्कृतीचा अंगीकार करणं आपल्याला आज भाग पडतं. 'हे विश्वचि माझे घर' या ज्ञानदेवांच्या उक्तीला समकालीन मराठी भाषक लोकांच्या संसारात स्थानच नाही.

आपण एकत्र असलो, एका भूप्रदेशात आपलं राज्य असलं तरी बिनसरहद्दींच्या आधुनिक विश्वव्यवस्थेत आपलं महाराष्ट्र राज्य हा एक अल्पसंख्याकांचा आणि मागासवर्गीयांचा मोहल्लाच आहे. आपली संस्कृती ही एका वस्तीची स्थानिक संस्कृती आहे आणि ती 'बाहेरच्या' जगाच्या व्यापक प्रभावाखाली आणि दबावाखाली जगणाऱ्या लोकांची संस्कृती आहे. आपल्यापैकी जे गुणी, प्रतिभाशाली, असाधारण

लोक आहेत ते बाहेरच्या व्यापक जगाकडे ओढले जातील. तिथे त्यांचा उत्कर्षही होईल. पण त्या व्यवस्थेतच ते सामावले जातील. त्या व्यवस्थेवर ते आपल्या मराठीपणाचा प्रभाव टाकणार नाहीत, तर त्यांच्यावरच त्यांनी आत्मसात केलेल्या नव्या संस्कृतीचा प्रभाव असेल.

आज जगात झपाट्याने वरचढ ठरत असलेली संस्कृती अँग्लो-सॅक्सन आहे. फ्रान्स, जपान, जर्मनी, रशिया, दक्षिण अमेरिका, आफ्रिका, दक्षिण आशिया, आग्नेय आशिया सर्वत्र इंग्रजी भाषेचा प्रभाव वाढतो आहे. चीनमध्येही तो वाढणार आहे. येत्या दोन दशकांत इंग्रजी भाषा सर्व जगाची दुसरी भाषा आणि शैक्षणिक माध्यम बनण्याचा संभव आहे.

अशा परिस्थितीत इंग्रजी भाषेत अनुवादाद्वारा आपण मराठीसाठी कोणतं स्थान काबीज करू शकतो? मराठी वाङ्मयाला इंग्रजीद्वारा आपण जागतिक सत्ता देऊ शकतो का? येत्या दोन दशकांत मराठी लेखकांना नोबेल पारितोषिकासारखा जागतिक सन्मान मिळण्याची कितपत शक्यता आहे? मराठीतून अन्य जागतिक भाषांत अनुवादित झालेली पुस्तकं कितपत यशस्वी होणार आहेत? मराठी संस्कृतीकडे जगातले किती लोक आकर्षित होणार आहेत? पंढरीच्या वारीसारख्या संपूर्ण मराठी उत्सवाचा महाराष्ट्राबाहेरच्या जगात प्रभाव पडणार आहे का,की या उत्सवाची प्रेरणाच क्षीण होत जाणार आहे?

महाराष्ट्रातल्या लोकसंस्कृती आपल्या डोळ्यांदेखत आपण नाहीशा होऊ दिल्या. आता महाराष्ट्रातली मुख्य संस्कृतीसुद्धा अशीच आपल्या डोळ्यांदेखत नाहीशी होण्याची भीती आहे. उलट एकोणिसाव्या शतकातल्या मराठी विचारवंतांना तत्कालीन जगाचं जेवढं भान होतं तेवढंसुद्धा आपल्याला आपल्या समकालीन जगाचं नाही. याचं कारण ज्ञानक्षेत्रांचा विकास भौगोलिक श्रेणीने होतो आहे, तर मराठी भाषेत उपलब्ध ज्ञानाचं प्रमाण कासवाच्या गतीने वाढतंय. आपण झपाट्याने जगाच्या मागे पडत चाललोय.

मराठी ही आपल्या ज्ञानाची नव्हे, आपल्या संस्कृतीची भाषा आहे हे ओळखून आपण मुबलक ज्ञानसाधनं उपलब्ध करून देणाऱ्या इंग्रजीचा वैज्ञानिक शिक्षणाचं माध्यम म्हणून स्वीकार केला आणि मातृभाषेचा सांस्कृतिक शिक्षणाचं माध्यम म्हणून अंगीकार केला तर आपल्याला आवश्यक तो समन्वय साधता येईल. उद्याच्या जगात ज्याला काण्ट किंवा विटगेन्षाईन वाचायचा आहे, तो मुळात जर्मन शिकेल आणि ज्याला देकार्त किंवा सार्त्र वाचायचा आहे, तो फ्रेंच शिकेल. पाणिनी, चरक, वाग्भट, पातंजली, कौटिल्य किंवा अभिनवगुप्ताचे विचार सूक्ष्मपणे समजून घेण्यासाठी संस्कृत शिकावंच लागणार. लोओत्से, कन्फ्यूशियस किंवा माओ त्से तुंग

समजण्यासाठी चिनी शिकावं लागणार. पण भाषांचं अध्ययन कार्यक्षमपणे करता यावं यासाठी नवनव्या पद्धती आणि साजेसं तंत्रज्ञान उपलब्ध होत आहे. शिवाय संगणकांच्या क्षेत्रातही अविरत क्रांती सुरू आहे. आपल्या भाषेचा आग्रह आपण एक 'फेटिश' म्हणून धरू नये, तर आपल्या आत्मकल्पनेच्या विकासाचं आदिमाध्यम म्हणून मातृभाषेचा आग्रह धरावा.

आईच्या दुधावर आपण जन्मभरच जगत नाही. पण जन्मानंतर प्रथम ते दूध पिऊनच आपण रोगांचा प्रतिकार करू शकतो आणि नैसर्गिक योजनेनुसार वाढू शकतो. पुढे आपल्या शारीरिक विकासानुसार आपला आहार बदलत जाणं आवश्यक असतं. याप्रमाणेच मातृभाषा आणि अन्य भाषा आपल्या बौद्धिक पोषणाच्या कार्यक्रमात क्रमशः महत्त्वाच्या ठरतात. मातृभाषेच्या माध्यमातून उपलब्ध तेवढं प्राथमिक माध्यमिक शिक्षण मिळवल्यावर पुढे इंग्रजीसारख्या अन्य भाषेचा आपल्याला आज आसरा घ्यावा लागतो आहे. वस्तुतः इंग्रजीच नव्हे, तर जगातल्या अन्य प्रमुख भाषा शिकून घेणं हेही आधुनिक जगात आवश्यक आहे. जो मराठीतून सर्व काही शिकतो आणि जो मराठीखेरीज कोणतीही भाषा जाणत नाही, त्याचा सर्व भविष्यकाळ मराठीच्या प्रदेशालाच बांधलेला राहणार. मराठीच्या परिघाबाहेर कोठेही तो सामाजिक व्यवहारांमध्ये लंगडा ठरणार. थोडक्यात शिक्षणाने सार्वभौम क्षमता प्राप्त व्हाव्यात असा आपला उद्देश असला, तर केवळ प्रादेशिक क्षमता देणारं शिक्षण पुरेसं नाही. एकविसाव्या शतकातल्या जगात लोकसंख्येची स्थलांतरं होऊन मागासलेले भूप्रदेश आणि सुधारलेले भूप्रदेश यांचं ध्रुवीकरण होण्याचा दाट संभव आहे. असंच ध्रुवीकरण प्रादेशिक आणि स्थानिक पातळ्यांवर होईल. श्रीमंत आणि गरीब यांच्यांतल्या तफावती वाढतील. मात्र विसाव्या शतकातल्या गरिबांच्या तुलनेने एकविसाव्या शतकातले गरीब श्रीमंत वाटू शकतील. अर्थात ही ऐतिहासिक सापेक्षता माणसांना कधीच जाणवत नाही. समकालीन तफावती नेहमीच प्रत्यक्ष जाणवतात. निव्वळ तंत्रज्ञानातील प्रगती आणि भौतिक सुखसोयींचा विचार केल्यास आजचा माणूस आपल्याला पूर्वीच्या माणसांपेक्षा सुखी वाटू शकतो. पण परिपूर्ण मानवी जीवनाचे निकष अनेक असतात. त्यामुळे 'प्रगती', 'विकास', 'सुधारणा', 'आधुनिकता' इत्यादी शब्दांच्या वापरात अभिप्रेत असलेल्या मूल्यांऐवजी विकृतीसुद्धा असण्याचा संभव असतो. पूर्वीच्या काळी मानवी जीवन आजच्यापेक्षा चांगलं होतं, की वाईट हे ठरवता येण्याअगोदर कोणकोणत्या कसोट्यांवर जीवनाची गुणवत्ता ठरवायची याबाबत निश्चित एकमत हवं.

भविष्यात 'प्रगती' अटळ आहेच असं म्हणता येत नाही. कारण काही क्षेत्रांतल्या प्रगतीची किंमत इतर क्षेत्रांतल्या पीछेहाटीने दिली जाते. मानवता विविध असल्यामुळे

वेगवेगळी मूल्यं निर्माण करणं आणि त्या मूल्यांचा आग्रह धरून एकमेकांशी स्पर्धा करणं, हा मानवी व्यक्तींचा आणि समूहांचा स्वभावच आहे. विविधतेतून एकतेकडे आणि एकतेतून विविधतेकडे असे मनुष्यजातीचे हेलकावे चालू असतात. आर्थिकदृष्ट्या वर्गांचं ध्रुवीकरण झालं तरी इतर दृष्टींनी त्यांच्यात अनेकविधता उत्पन्न होत राहतेच. त्यामुळेच श्रीमंतांमध्ये पूर्ण एकवाक्यता कधीच आढळत नाही. आणि गरिबांमध्ये एकजूट सापडत नाही. सर्वच मूल्यांचं आर्थिक किंवा राजकीय भाषांतर होऊ शकत नाही. आर्थिक आणि राजकीय संस्था मानवाच्या सर्वोच्च प्रातिनिधिक संस्था मानणं चुकीचं आहे. या संस्था प्रभावी आणि आक्रमक असल्या तरी त्या मानवी जीवनाच्या अंतिम निर्णायक शक्ती नाहीत. धर्म, विज्ञान, वाङ्मय, कला, तत्त्वज्ञान, क्रीडा यांसारख्या अनेक क्षेत्रांमध्ये मानवी सर्जनशीलतेला जेवढा वाव मिळतो, तेवढा आर्थिक आणि राजकीय चढाओढींना मिळत नाही. औद्योगिक क्रांतीनंतरच्या काळात आंतरराष्ट्रीय व्यापारी साम्राज्यवादाची चढाओढ सुरू झाली. त्याचप्रमाणे विज्ञान-तंत्रज्ञानाच्या आधाराने शस्त्रास्त्रांची आणि लष्करी सामर्थ्यांची स्पर्धा सुरू झाली. आर्थिक सुबत्ता आणि लष्करी सामर्थ्यांच्या जोरावर गाजवलेली सत्ता ही दोन्ही जुनीच मानवी ध्येयं आहेत. दोन्ही माणसाच्या स्वजातीवर आक्रमण करण्याच्या हिंस्र आणि हिंसक प्रवृत्तीला पोषक ठरणारी आहेत. भांडवलशाही आणि लष्करी हुकूमशाही या दोन्ही प्रवृत्तींनी इतिहासाला वारंवार कलाटणी दिलेली आहे. एकविसाव्या शतकात मानवी स्वभाव काही फार बदलणार आहे, अशातला भाग नाही. त्यामुळे आपण आहोत तिथेच राहणार नसलो तरी जिथे पोहचणार आहोत तिथे पोहचायला हवंच आहे, अशातला भाग नाही.

वरील एकूण चिंतनाचा मराठीच्या संदर्भात इशारा काय? तर पहिली गोष्ट म्हणजे मराठी ही तिसऱ्या जगातल्या गरीब, पिळल्या जाणाऱ्या आणि सापेक्षत: (कायम) मागासलेल्या लोकांची मातृभाषा – एकमेव भाषा – असणार. तिच्या विरोधाने इंग्रजी ही ज्यांची मातृभाषा असेल ते 'पहिल्या' जगातले लोक आणि मातृभाषा नसूनही इंग्रजी आत्मसात करून जगात कोठेही काम मिळवण्याइतकी शैक्षणिक पात्रता प्राप्त केलेले उच्चवर्गीय लोक हे निराळ्या सांस्कृतिक गटात मोडतील. अर्थात विसाव्या शतकाचा इतिहास पाहिला तर त्यात गरीब आणि सापेक्षत: मागासलेल्या पूर्व युरोपातले कवी आणि लेखक, किंवा तशाच आर्थिकदृष्ट्या मागासलेल्या ग्रीस, इटली आणि स्पेनसारख्या देशांतले कवी-लेखक, किंवा दक्षिण अमेरिका, आफ्रिका आणि आशियातल्या नव्या आणि गरीब राष्ट्रांतले कवी आणि लेखक हेच जागतिक वाङ्मयात आघाडीवर होते. पश्चिम युरोपात अत्याधुनिक आणि प्रायोगिक वाङ्मय आणि कलेची विसाव्या शतकाच्या पूर्वार्धात निर्मिती झाली खरी, पण इंग्लंड, फ्रान्स,

जर्मनी आणि इटलीचा सगळा सांस्कृतिक जोश आणि अभिनिवेश दोन महायुद्धांच्या दरम्यान खर्चून गेला. स्टॅलिनिझमचा आध्यात्मिक प्रतिकार करण्याच्या जिद्दीने सोव्हिएत लेखकांना जरी एक ध्येय मिळालं तरी एकोणिसाव्या शतकातल्या रशियन वाङ्मयाची उंची क्रांतीनंतर गाठली गेली नाही.

मराठी वाङ्मयाच्या इतिहासाकडे मागे वळून दृष्टिक्षेप टाकला तरी असं दिसतं की, नामदेवांपासून थेट तुकाराममहाराजांपर्यंतचा काळ राजकीय अस्थिरतेचा, आर्थिक ससेहोलपटीचा, जुलूम-जबरदस्तीचाच होता. नेमका हाच काळ मराठी वाङ्मयाचं सुवर्णयुग ठरला. तुकोबा गेल्यानंतरच शिवाजीमहाराजांचं मराठा राज्य स्थापन झालं. पण त्या राज्याच्या स्थापनेनंतर मराठी वाङ्मयाचं काय झालं? ज्ञानदेवांनी स्थापन केलेलं मराठी वाङ्मय तुकोबांनंतर लयाला जावं आणि ते लयाला गेल्यानंतरच शिवाजीमहाराजांचं मराठी राज्य स्थापन व्हावं, हा योगायोग आहे की इतिहासाचा नियम? व्हिक्टोरिया साम्राज्ञीचा झेंडा भारतावर फडकू लागताच पुन्हा मराठी वाङ्मयाचं पुनरुत्थान व्हावं, हाही योगायोग का नियम? अशा रीतीने विचार केला तर वाटतं की, एकविसाव्या शतकात भारताची आणि महाराष्ट्राची जी पीछेहाट होईल तीच मराठी वाङ्मयाच्या पुढील पुनरुत्थानाची नांदी असेल. आपल्या भाषेला तोवर दुय्यम किंवा तिय्यम स्थान प्राप्त झालेलं असेल. मात्र आपली गरिबी, आपलं मागासलेपण, आपली पिळवणूक आणि आपला पूर्वीचा इतिहास यांचा एकत्रित परिणाम म्हणून कुणी सांगावं आपलं वाङ्मय तेव्हा पुन्हा उठाव घेईल!

दि. ८ सप्टेंबर १९९१

□□□

समाजवादाचा कैलासवास

नोबेल पारितोषिक विजेते अमेरिकन अर्थशास्त्रज्ञ मिल्टन फ्रीडमन यांनी 'कॅपिटालिझम अँड फ्रीडम' – 'भांडवलशाही आणि स्वातंत्र्य' – नावाचं पुस्तक तीन दशकांपूर्वी लिहिलं. त्यातले काही विचार सोव्हिएत संघराज्याच्या विघटनाच्या संदर्भात पुन्हा उद्‌धृत करण्याजोगे आहेत.

मुक्त समाजाच्या विकासात आर्थिक व्यवस्था दुहेरी भूमिका बजावत असतात. एकीकडे आर्थिक व्यवस्थांचं स्वातंत्र्य हा व्यापक अर्थाने आपण ज्याला स्वातंत्र्य मानतो त्याचाच एक घटक होय. तेव्हा आर्थिक स्वातंत्र्य हे स्वत:च एक मूलभूत श्रेय आहे. दुसरीकडे राजकीय स्वातंत्र्याच्या प्राप्तीचं एक अत्यावश्यक साधन म्हणूनसुद्धा आर्थिक स्वातंत्र्य पाहिजे. आणि पुढे, "...मुळात कोट्यवधी माणसांच्या आर्थिक व्यवहारांचा मेळ जमवण्याचे फक्त दोनच मार्ग आहेत. एक म्हणजे जबरदस्तीचा वापर करून शिस्त लावणारं केंद्रीय निर्देशन. लष्करी तंत्र वापरणारं आधुनिक हुकूमशाही शासन हे याचं उदाहरण झालं. दुसरं म्हणजे व्यक्तीव्यक्तींनी आपसात सहकार्य करून स्वेच्छेने रचलेला व्यवहार किंवा खुल्या बाजारपेठेचं तंत्र... जोवर (वस्तूंच्या) अदलाबदलीचं स्वातंत्र्य टिकवलं जातं, तोवर आर्थिक व्यवहारांच्या बाजारपेठी व्यवस्थेत एका व्यक्तीच्या स्वातंत्र्यात दुसरी व्यक्ती ढवळाढवळ करूच शकत नाही." फ्रीडमन यांनी पुढे असंही म्हटलं आहे की आर्थिक सत्ता व्यापकपणे विखरू शकते. मात्र राजकीय सत्तेचा कल एकवटण्याकडे असतो आणि तिचं विकेंद्रीकरण करता येणं अवघड असतं. त्यांच्या मते राजकीय सत्तेची गोळाबेरीज ठरावीक आणि निश्चित असते आणि त्यामुळे राजकीय सत्तेच्या वाटपावर मूलभूत मर्यादा असतात. म्हणून आर्थिक सत्ता आणि राजकीय सत्तांचा संयोग झाला, तर सत्तेचं केंद्रीकरण होणं अटळ बनतं. सोव्हिएत संघराज्यामध्ये सत्तेच्या विकेंद्रीकरणाची प्रक्रिया संघराज्याच्या विघटनाच्या रूपाने सुरू झालेली आहे. अनेक घटक राज्यांनी स्वत:चं स्वातंत्र्य पुकारलं आहे. मात्र आर्थिक पुनर्रचना होण्यापूर्वी काही समस्या सुटाव्या लागतील. सोव्हिएत संघराज्याकडे प्रचंड लष्कर आहे आणि शस्त्रास्त्रांचे मोठमोठे अत्याधुनिक कारखाने आहेत. क्षेपणास्त्रं, अवकाशयानं, अण्वस्त्रं, विमानं, पाणबुड्या, रणगाडे, ट्रक्स अशा नाना शस्त्रास्त्रांचं, वाहनांचं, दळणवळणाच्या साधनांचं प्रचंड प्रमाणावर उत्पादन करण्यावर सोव्हिएत युनियनने आजवर पुष्कळ खर्च केला. या कारखान्यांचं आणि त्यांच्यातल्या गुंतवणुकांचं काय होईल? 'जबरदस्तीचा वापर करून शिस्त लादणारं केंद्रीय निर्देशन' आजवर

सोव्हिएत संघराज्यामध्ये होतं आणि 'लष्करी तंत्र वापरणारं आधुनिक हुकूमशाही शासन' तिथे होतं. आता ते बरखास्त करायचं म्हटलं तर लष्कराला आणि लष्करासाठी शस्त्रास्त्रांचं उत्पादन करणाऱ्या प्रचंड कामगारवर्गाला बेकार करणार की काय? हुकूमशाही शासनाला केजीबीसारख्या संघटनेची गरज होती. आता केजीबीला कोणतं पर्यायी काम आहे? सोव्हिएत संघराज्यामध्ये सर्व प्रौढ स्त्री-पुरुष या ना त्या प्रकारे शासकीय किंवा सार्वजनिक कर्मचारी आहेत. त्यांचं एकाएकी खाजगीकरण कसं करणार? नोकरशाही संस्कृतीचं अचानक खुल्या आणि खाजगी, स्पर्धिष्णू आणि गुणवत्तानिष्ठ समाजात रूपांतर कसं करणार? सोव्हिएत समाजाने स्वतंत्र निर्णय घेण्याची आपली क्षमता गमावलेली नसली तरी ती वापरण्याची सवय मात्र बाणवलेली नाही. त्यामुळे 'व्यक्तीव्यक्तींनी आपसात सहकार्य करून स्वेच्छेने रचलेला व्यवहारच किंवा खुल्या बाजारपेठेचं तंत्र' अवगत करून घ्यायला त्यांना वेळ लागणार आहे. युरो-अमेरिकन देश या नव्या राज्यांशी जे काही आर्थिक, व्यापारी आणि औद्योगिक व्यवहार करतील त्यांच्याद्वारा हे देश टक्केटोणपे खातच विकासाचा अनुभव घेतील.

वर फ्रीडमन यांचे विचार उद्धृत केले. पण सबंध जगाचा एकच व्यवस्था म्हणून विचार केला तर काय दिसतं? युरो-अमेरिकन देश स्वत:च्या घरी आणि आपसात खुले असले तरी अविकसित देशांशी चालणारे त्यांचे व्यवहार आपसात सहकार्य करणारे आहेत की अविकसितांची पिळवणूक करणारे आहेत? वेगवेगळ्या राष्ट्रसत्ता आज केवळ राजकीय अर्थाने स्वतंत्र आणि वेगळ्या आहेत. आर्थिक आणि सांस्कृतिकदृष्ट्या जगातल्या सीमा पुसून चालल्या आहेत. 'बाजारपेठेचं अर्थकारण' आजसुद्धा जगावर अंमल गाजवतंय. साम्यवादाचा पारंपरिक बालेकिल्ला आपोआप ढासळल्यानंतर आता 'बाजारपेठेचं अर्थकारण' जगावर हुकमत गाजवणार. गेल्या शंभर वर्षांतलं अमेरिकन परराष्ट्रीय धोरण बाजारपेठांवर आक्रमण करण्याच्या आपल्या 'हक्कां'वर आधारलेलं आहे. दक्षिण अमेरिका आणि पूर्व आशियात याच तत्त्वानुसार अमेरिकन अर्थकारणाने हातपाय पसरले. अमेरिकेबाहेर अमेरिका युद्धं लढली, तीसुद्धा याच तत्त्वाखातर.

ह्या शतकाच्या मध्यावर समाजवादी म्हणवणाऱ्या राष्ट्रांचा एक बलाढ्य संघ अस्तित्वात आला होता. दुसऱ्या महायुद्धात स्टॅलिनच्या फौजांनी बाल्टिक समुद्राच्या किनारपट्टीतली, पूर्व युरोपातली, थेट जर्मनीपर्यंतची राष्ट्रं गिळंकृत केली तर पूर्व आशियात चीनमध्ये कम्युनिस्ट राजवट आली. कॅरिबियन समुद्रातलं अमेरिकेच्या किनाऱ्याजवळचं क्यूबा बेटसुद्धा कम्युनिस्ट बनलं. आग्नेय आशियात, दक्षिण अमेरिकेत, आफ्रिकेच्या अनेक भागांत कम्युनिस्ट, समाजवादी किंवा रशिया अथवा

चीनधार्जिण्या राजवटी येण्याची शक्यता वाढू लागली. आपल्याकडे भारतातसुद्धा लोकशाही निवडणुकांद्वारा केरळात कम्युनिस्टांचं राज्य आलं. पुढे पश्चिम बंगालमध्ये त्यांची सरशी झाली. तर दुसरीकडे तेलंगणापासून नक्षलबारीपर्यंत सशस्त्र कम्युनिस्ट उठावाचीसुद्धा परंपरा तयार झाली.

१९६०च्या सुमाराला जागतिक सत्तास्पर्धेत अमेरिका आणि सोव्हिएत संघराज्य यांचा डाव बरोबरीत सुटण्याची शक्यता होती. चीनचाही दबदबा वाढत होता. एकूण 'तिसऱ्या जगात' समाजवादी राष्ट्रांचं पारडं जड होतं. जगभरचे कम्युनिस्ट पक्ष स्टॅलिन किंवा माओ अथवा सोव्हिएत किंवा चिनी असे विभागले गेले होते. अण्वस्त्रस्पर्धेपाठोपाठ अवकाशस्पर्धेला जोर येत होता. 'खुल्या बाजारपेठे'ची ऊर्फ भांडवलशाही व्यवस्था आणि तथाकथित 'सामाजिक मालकी'ची समाजवादी व्यवस्था यांच्यातला हा संघर्ष विचारप्रणालींचा होता असं भासवलं जात होतं. पण प्रत्यक्षात शस्त्रास्त्रस्पर्धा, लष्करी जमवाजमव, भू-राजनैतिक प्रभावक्षेत्रं वाढवण्याची ईर्ष्या, तिसऱ्या जगातल्या कोठल्या ना कोठल्या देशाद्वारे अप्रत्यक्ष लढाया आणि चकमकी असं शीतयुद्ध ह्या दोन गटांमध्ये जारी होतं.

'समाजवादी' म्हणवणाऱ्या देशांमध्ये वस्तुतः फ्रीडमन यांनी वर सांगितल्याप्रमाणे राजकीय आणि आर्थिक सत्तेचं केंद्रीकरण झालेलं होतं आणि कम्युनिस्ट पक्षाचे उच्च पदाधिकारी तिथे सर्वेसर्वा सत्ताधारी होते. कम्युनिस्ट पक्ष, लष्कर, पोलीस, हेर संघटना आणि नोकरशाही यांच्यातल्या वरिष्ठांचा मिळून एक नवाच सत्ताधारी वर्ग तयार झाला होता. युगोस्लाव्ह राजनीतीज्ञ आणि विचारवंत मिलोव्हान जिलास याने 'नवा वर्ग' नावाचा ग्रंथच या विषयावर लिहिला आहे. स्टॅलिनच्या राजवटीत कोट्यवधी सोव्हिएत नागरिकांची वाताहत झाली. लाखोंचं शिरकाण, लाखोंना सक्तमजुरी, लाखो परागंदा अशी त्यांची गत झाली. माओच्या चीनमध्येही क्रांतीनंतर रक्तपात थांबला नाही. चीनच्या 'सांस्कृतिक क्रांती'चा इतिहास असाच आहे. विचारवंतांची आणि प्रतिभावंतांची सबंध पिढीच क्रांतिदेवतेला बळी देण्यात आली. वैचारिक आणि नैतिक विरोध मुळापासून नष्ट करण्याचाच हा प्रकार होता. मात्र रशियन आणि चिनी 'नेत्यां'चं मॉडेल तिसऱ्या जगातल्या राज्यकर्त्यांना फार आकर्षक वाटलं. यातूनच तिसऱ्या जगात सुकार्नो, नक्रुमा, नासर, इंदिरा गांधी यांच्यासारखे 'समाजवादी' हुकूमशाही वृत्तीचं पण वस्तुतः सरंजामशाही परंपरेतलं नेतृत्व तयार झालं. सत्तेच्या केंद्रीकरणाने या देशांच्या व्यवस्थेत मूलभूत विकृती निर्माण केल्या. सरकारी भ्रष्टाचार आणि कायदेकानून यांचे वैवाहिक संबंध तेव्हाच जुळून आले आणि या दोघांच्याही पुढील विवाहबाह्य भानगडींचाही पाया रचला गेला. या तिसऱ्या जगातल्या देशात ज्या प्रमाणात सरकारी मालकीचा समाजवाद आला त्या प्रमाणात

एकीकडे कर्जबाजारीपणा वाढला, तर दुसरीकडे लोकांचे हक्क संकुचित होत गेले. खुल्या बाजारपेठेच्या व्यवस्थेत असं झालं नसतं तर उलट त्या व्यवस्थेचा अधिक विकास झाला असता. भांडवलशाहीचा पूर्ण विकास होऊन मगच ती ढासळून समाजवादी मानव आणि समाजवादी व्यवस्था उदयाला येणार, हे कार्ल मार्क्सचं भविष्य अजूनही खोटं ठरलेलं नाही. उलट ते खरं ठरत असण्याचीच शक्यता आज जास्त जाणवते आहे.

दि. २२ सप्टेंबर १९९१

□□□

शतकाचा संधिकाल आणि भांडवलशाहीचं मरण

कार्ल मार्क्सने १८५९ मध्ये आपल्या 'राजकीय अर्थकारणाची चिकित्सा' या ग्रंथाची प्रस्तावना लिहिली. हा ग्रंथ अपुराच होता, पण त्याच्या 'प्रस्तावने'त मार्क्सने असं जाहीर केलं की आपलं संपूर्ण तत्त्वज्ञान वैज्ञानिक पद्धतीने मांडण्यात आपल्याला प्रथमच यश आलं आहे. मार्क्सच्या या 'प्रस्तावने'त त्याने आपलं समग्र विश्वरूपदर्शन रेखाटलं आहे. सांप्रतची समाजव्यवस्था तिच्या अंगच्याच अंतर्विरोधापायी कोसळणार असून एक उच्चतर संस्कृती तिची जागा घेणार आहे, हे भाकीत मार्क्सने येथेच केलं. सामाजिक, राजकीय आणि आर्थिक परिमाणांमध्ये इतिहासाची गती कशी विकसत असते याविषयी मार्क्सने आपले वैज्ञानिक सिद्धान्त या प्रस्तावनेत मांडले आहेत. पण पुस्तकाच्या तेव्हा प्रकाशित झालेल्या प्रकरणांमध्ये या दाव्याला साजेशी मांडणी कुठेही नाही.

पुढे थेट १९३९ मध्ये या रहस्याचा उलगडा झाला. त्या वर्षी मॉस्कोतल्या मार्क्स-एंगल्स संस्थेने आपल्या दप्तरामधून बाडं बाहेर काढली आणि छापली. आणखी दोन वर्षांनी त्यांचा आणखी एक खंड छापला. १९५३ मध्ये बर्लिनच्या डिएत्स प्रकाशनगृहाने 'राजकीय अर्थकारणाच्या चिकित्सेच्या मूलतत्त्वांची रूपरेषा' अशा अर्थाचं किचकट जर्मन नाव असलेला ग्रंथ छापला. त्यात हे दोन्ही खंड अंतर्भूत होते. मग तो ग्रंथ जर्मनमधून इंग्रजी, फ्रेंच वगैरे इतर युरोपीय भाषांत आला. मूळ जर्मन शीर्षकातला पहिला शब्द 'ग्रुंडरिस्स' असा आहे आणि थोडक्यात सर्व लोक याचा उल्लेख आता 'ग्रुंडरिस्स' असाच करतात. नवमार्क्सवादी विचारवंत जेव्हा मार्क्सवादाचा फेरविचार करतात (आणि कम्युनिस्ट राजवटींनी पुरस्कारलेल्या चुकीच्या धोरणांची आणि प्रचारकी युक्तिवादांची समीक्षा करतात) तेव्हा त्यांना 'ग्रुंडरिस्स'मधल्या परिपक्व मार्क्सचं तत्त्वज्ञान अभिप्रेत असतं.

'स्पर्धा' आणि 'बाजारपेठ' यांच्याबाबत लिहिताना मार्क्सने म्हटलं आहे की मानवजातीच्या विकासाच्या शक्यता स्पर्धेमुळे आणि बाजारपेठेमुळे फुटून विखुरल्या जातात. खाजगी मालमत्तेवर आधारलेल्या समाजव्यवस्थेत मानवी श्रमातून निर्माण झालेली उत्पादनं श्रमिकाला उपभोगायला मिळत नाहीत, तर ती भलताच माणूस उपभोगतो आणि श्रमिकाला मात्र तो दडपून टाकतो. मार्क्स याचं उदाहरण देताना म्हणतो की, स्वत:ला जास्तीतजास्त उपयोगी वस्तूंचं उत्पादन करण्याऐवजी श्रमिक आपल्या मालकाच्या पदरी जास्तीतजास्त विनिमय मूल्य टाकील अशाच वस्तूचं उत्पादन करतो. याप्रमाणे वस्तूंची निर्मिती तुकड्यातुकड्यांमध्ये विखुरली जाते आणि

खुद्द उत्पादित वस्तूंचं उपयोगमूल्य आणि विनिमयमूल्य असं विभाजन होऊन त्यांपैकी फक्त विनिमयमूल्यालाच महत्त्व मिळतं. ''श्रमांचे विभाजन आणि विनिमय यांचा फार खोलात जाऊन विचार केला पाहिजे. कारण मानवी व्यवहारांचे आणि क्षमतांचे ते प्रत्यक्ष जाणवणारे स्वरूप आहे,'' असं मार्क्स म्हणतो. बूर्ज्वा समाज विनिमयाच्या तत्त्वावर आधारलेला आहे. स्पर्धा, मागणी आणि पुरवठा, बाजारपेठ हेच त्याचे मूलाधार आहेत. हा निष्कर्ष मार्क्सने काढला.

श्रमिकाचा त्याने स्वतः केलेल्या उत्पादनापासून दुरावा निर्माण होतो. तो स्वतःच्या निर्मितीला पराङ्मुख होणं, हा मार्क्सचा फार पूर्वीपासूनचा स्वतंत्र विचार शेवटी एका अर्थशास्त्रीय कोटीच्या रूपाने आकार घेऊन येथे आला.

'ग्रुंडरिस्स'मध्ये मार्क्सने खुल्या बाजारपेठेच्या यंत्रणेचा मूलभूत निषेध केलेला आहे. गेली शंभर वर्षं चालूच असलेल्या या वादात खुल्या बाजारपेठेच्या पुरस्कर्त्यांचं म्हणणं असं की बाजारपेठेची यंत्रणा ही एक प्रेरक आणि कार्यकारी शक्ती आहे. ती आर्थिक व्यवहारांना मूलभूत आहे.

मार्क्सच्या मते बाजारपेठेची यंत्रणा श्रमिकाची पिळवणूक करते. स्वतः निर्माण केलेल्या वस्तू तो उपभोगू शकत नाही, अशा रीतीने तो श्रमसाफल्याला पारखा होतो. मार्क्स म्हणतो, श्रमिकाचं निःसत्त्वीकरण करणारी ही व्यवस्था आहे आणि या निःसत्त्वीकरणाचं मोजमाप करायचं झालं तर भांडवलशहांच्या योजनेबरहुकूम श्रमिकाने निर्माण केलेल्या सबंध जगाचं स्वरूप ध्यानात घ्यावं लागेल.

''त्याची स्वतःची उपासमार होणं अटळ आहे... कारण त्याच्या स्वतःच्या श्रमशक्तीच्या सर्जनशीलतेमधूनच त्याच्याविरुद्ध उभं असलेलं भांडवलाचं विश्व निर्माण झालंय... याप्रमाणे मानवी संस्कृतीतली प्रत्येक सुधारणा किंबहुना मानवी समाजाच्या उत्पादकशक्तीमधली प्रत्येक वाढ श्रमशक्तीच्या उत्पादनक्षमतेत विज्ञानामुळे, संशोधनाने, श्रमविभाजन आणि श्रमसंघटनामुळे, सुधारलेल्या दळणवळणामुळे, जागतिक बाजारपेठ निर्माण झाल्यामुळे, यंत्र आणि तंत्रज्ञानामुळे जी जी भर पडते ती श्रमिकाला समृद्ध करण्याऐवजी त्याची उपासमारच करत असते. कारण या सर्व शक्ती एकवटून श्रमिकावर जास्त जास्त वर्चस्व गाजवतात.''

मार्क्सचं हे म्हणणं आजचं उदाहरण देऊन सांगायचं झालं तर श्रमिक – म्हणजे कामगार – समजा, टेलिव्हिजनचे संच निर्माण करणाऱ्या एका कारखान्यात काम करतो आहे. अशा कामगाराला स्वतःला टेलिव्हिजनचा संच घेणं परवडत नव्हतं, तेव्हा तर तो सरळच स्वतःच्या श्रमांच्या फळाला पारखा होता. पण आता समजा, त्याला भरपूर पगार आणि बोनस मिळून त्याच्याकडे स्वतःचा टेलिव्हिजन संच आहे. यावर मार्क्स म्हणेल, ''हे खरं आहे. पण त्याच्या टीव्हीच्या पडद्यावर जो कार्यक्रम

दिसतोय, तो काही या कामगाराला हवाय म्हणून बनवलेला नाही, तर या कामगाराचं लक्ष वेधून घेऊन, त्याला जाहिराती दाखवून त्याची क्रयशक्ती इतर उत्पादनांकडे आकर्षित करायला. विश्रांतीच्या वेळेत करमणूक म्हणून तो या जाहिराती पाहील आणि जाहिरातीतल्या वस्तू विकत घेता याव्यात म्हणून जास्त कष्ट करील. यामुळे श्रमशक्तीचा पुरवठा वाढून तिची बाजारातली किंमत किमान पातळीवर राहायला मदतच होईल. पण या कामगाराच्या अविरत श्रमांमधून त्याला स्वत:ला मिळणारं विनिमयमूल्य ऊर्फ पैशाच्या रूपाने मिळणारा रोजगार आणि त्याने केलेल्या उत्पादनाचं एकूण विनिमयमूल्य यात प्रचंड तफावत असेल. या वरकड विनिमयमूल्यांचं रूपांतर पैशात किंवा भांडवलात होऊन त्याद्वारा भांडवलदारांकडे जास्त उत्पादनबळाचा साठा होणार. हा संचय वाढतच जावा म्हणून भांडवलदार नव्या संशोधनाचा, नव्या तंत्रज्ञानाचा, नव्या उत्पादनांचा, नव्या विक्रीतंत्राचा आणि नव्या प्रसारमाध्यमांचा सतत आसरा घेत राहणार. टीव्हीवरल्या जाहिराती बघणारा आपला कामगार उपभोक्ता आपली कमाई ज्या उपभोग्य वस्तूंवर खर्च करणार आहे त्या उपभोग्य वस्तूंद्वारा त्याला एका हाताने दिलेली कमाई भांडवलदार दुसऱ्या हाताने काढून घेणार आहे. आपला कामगार उपभोक्ता कर्ज काढून हप्त्याहप्त्याने त्याची सव्याज फेड करत गरजेच्या आणि चैनीच्या वस्तू खरेदी करत आपलं जीवनमान स्पर्धेत टिकवण्यासाठी धडपडत राहणार आहे. श्रमशक्तीच्या पुरवठ्याची, उत्पादनबाहुल्याची, विनिमयमूल्याचा साठा वाढत जाण्याची ही अविरत प्रक्रिया भांडवलशाहीचं मूळ चक्र आहे. तिच्यातला कामगार निळ्या गणवेशांतला असो किंवा पांढरपेशा पोशाखातला असो, तो घुशींच्या शर्यतीत धावत राहणारच आणि यातच तो नि:सत्त्व होत जाणार; आत्मच्युत होणार; स्वत:च्या क्षमतांच्या फळांना मुकणार.''

इतिहासलेखन करता करता मार्क्सने औद्योगिक भांडवलशाही समाजाच्या भवितव्याची पटकथा लिहून ठेवली. मार्क्सच्या मते कोणत्याही वेळी समाजात जो उत्पादकबळांचा व्यूह उपलब्ध असतो, तोच मुळात समाजाने आणि इतिहासाने निर्माण केलेला असतो. उत्पादनाची प्रक्रिया हीच मार्क्सच्या मते एक सामाजिक प्रक्रिया आहे. भांडवलकेंद्रित व्यवस्थेमध्ये पदार्थनिष्ठ उत्पादकबळांत लक्षणीय वाढ होत असते. हे जरी मार्क्स मान्य करत असला तरी भांडवलकेंद्रित व्यवस्थेत होणाऱ्या विज्ञान आणि तंत्रज्ञानाच्या विकासाचं उद्दिष्ट भांडवलाचा संचय वाढवत राहणं हेच असतं, अशी त्याने समीक्षा केलेली आहे. या व्यवस्थेत मनुष्य स्वत:च्या सर्जनक्षमतेला, स्वत्वाला स्वकष्टार्जित उत्पादनांच्या उपभोगाला पारखा होतो. ही 'आत्मविन्मुखता' म्हणजेच मानवाने भांडवली व्यवस्थेतल्या तथाकथित उत्पादनबाहुल्यासाठी मोजलेली प्रचंड किंमत आहे.

मार्क्सवाद हे एक पाश्चिमात्य औद्योगिक संस्कृतीच्याच संदर्भातलं तत्त्वज्ञान आहे. ते स्वत:ला वैज्ञानिक आणि भौतिकतावादी, इहनिष्ठ पण प्रगतिशील मानतं.

या सर्व ऊहापोहाला एक स्वतंत्र भारतीय परिशिष्ट जोडावं लागेल ते महात्मा गांधींच्या विचारांचं. गांधी तत्त्वज्ञ नव्हते; वैज्ञानिक नव्हते; विचारवंतही नव्हते. त्यामुळे सुसूत्र, शिस्तबद्ध असे त्यांचे विचार आढळत नाहीत. पण इतस्तत: विखुरलेल्या त्यांच्या महत्त्वाच्या विचारसूत्रांमधून एक पर्यायी समाजवादी व्यवस्था मांडता येते. गांधींची समाजवादी व्यवस्था वैज्ञानिक, भौतिकवादी, इहलोकनिष्ठ अशी नसून ती नैतिक आणि आध्यात्मिक आहे. राजसत्तेचं, अर्थसत्तेचं किंवा इतर कोणत्याही रूपातल्या सत्तेचं केंद्रीकरण होऊ न देण्यावर गांधींचा भर आहे. यंत्रप्रधान उत्पादनव्यवस्था त्यांना भारतात व्यवहार्य वाटत नाही. कारण भारतीय कुटिरोद्योगांची यशस्वी परंपरा त्यांच्या नजरेसमोर आहे. औद्योगिक शहरी वसाहती त्यांना पसंत नाहीत. ग्रामीण जीवन हाच त्यांना लोकजीवनाचा मुख्य प्रवाह वाटतो. गांधींच्या विचारांना अर्थशास्त्रीय, समाजशास्त्रीय आणि सांस्कृतिक महत्त्व आहे. त्यांचा 'राष्ट्रपिता' म्हणून गौरव करणाऱ्या सरकारांनीही गांधींच्या पर्यायी समाजवादाला, सर्वोदयाला बगल दिली. आधुनिक संस्कृतीची मूलभूत चिकित्सा करण्याचा गांधीवादी प्रयत्न अजून झालेला नसला तरी एकविसाव्या शतकात नवमार्क्सवादाला महत्त्व येणार आहे.

दि. २९ सप्टेंबर १९९१

□□□

शून्य प्रहराचं स्वगत

सोव्हिएत संघराज्यांच्या विघटनानंतर विश्वातला सत्तासमतोल पुन्हा एकदा अस्थिर झालेला आहे. आता विसावं शतक संपण्यापूर्वीच चीनमधली समाजवादी राजसत्ता कोसळून चीनमध्ये सत्तेचं विकेंद्रीकरण होणं अटळ आहे. मात्र सोव्हिएत संघराज्य काय आणि चीन काय, मूळच्या ह्या दोन्ही व्यवस्था महाकाय असल्यामुळे त्यांच्या अंतर्गत परिस्थितीत यादवी युद्धासारखं वातावरण खूप काळ राहील, असा संभव दिसतो. ढासळायला आलेल्या राष्ट्रसत्तांच्या या मालिकेत भारताचं काय होणार? भारत, पाकिस्तान, बांगलादेश, नेपाळ, श्रीलंका अशा दक्षिण आशियाई उपखंडांची संपूर्ण पुनर्रचना होणंसुद्धा अटळ दिसतं. सुज्ञपणे आत्ताच राज्यांना अधिक स्वायत्तता बहाल करून केंद्र-राज्य संबंधांतले तणाव सैल करायला सुरुवात करणं अगत्याचं आहे. काश्मीर किंवा पंजाबला अधिक स्वायत्तता देण्याची पाळी येण्यापूर्वीच सर्वच राज्यांना अधिक स्वायत्त देण्याचं धोरण शहाणपणाचं ठरेल. बिहार आणि उत्तरप्रदेशाच्या पुनर्रचनेचाही प्रश्न अगोदरच सोडवावा लागेल. काही प्रदेश विशेष कारणांसाठी केंद्रशासित ठेवावे लागतील. उदाहरणार्थ, आजचा मध्यप्रदेश, महाराष्ट्राचा आणि आंध्राचा काही भाग, त्याचप्रमाणे ओरिसा आणि बिहारची काही क्षेत्रं मिळून जे भारतीय मध्यारण्य बनतं ते एक केंद्रशासित अभयारण्य किंवा राखीव पर्यावरण क्षेत्र म्हणून सांविधानिकरीत्या वेगळं करावं. ह्या भागावर भारताचंच नव्हे, तर जगाचं पर्यावरण-संतुलन अवलंबून असणार आहे. (खरेतर जगातली सर्व पर्जन्यारण्यं, नद्यांची खोरी, पर्वतक्षेत्रं आणि सरोवरं व महासागर संयुक्त राष्ट्रांच्या देखरेखीखाली लवकरच आणणं आवश्यक ठरणार आहे.) आपण एका अविभाज्य ग्रहाचे नागरिक आहोत, ही जाणीव पर्यावरणाखातर तरी बाणवली पाहिजे. कारण पर्यावरण अविभाज्य असल्यामुळेच मानवजातसुद्धा अविभाज्य आहे. मानवाचं कल्याण दक्षिण आशियाई माणसाच्या कल्याणापासून वेगळं करता येणार नाही. ॲमेझॉनच्या खोऱ्यातली जंगलतोड जपान्यांना आणि ऑस्ट्रेलियनांनासुद्धा भोवणार आहे. त्याचप्रमाणे नर्मदा प्रकल्पाच्या बाबतीत जरी पर्यावरणवाद्यांवर राजसत्तेने कुरघोडी केली असली तरी तो भारताच्या राष्ट्रीय हिताचा प्रश्न होता. निव्वळ गुजरात, महाराष्ट्र किंवा मध्यप्रदेशाच्या फायद्यातोट्यांचा नव्हे, हे ध्यानात घेतलं पाहिजे. भारतीय उपखंडात लोकसंख्येची भाऊगर्दी लक्षात घेता लहान आकाराची आणि जास्त संख्येची स्वायत्त राज्यं असली तरच सत्तेच्या केंद्रीकरणातून उत्पन्न होणारे धोके टळून स्थानिक जीवनावर पुन्हा भर देता येईल. स्थानिक जीवनाची गुणवत्ता सध्या ढासळत चाललेली आहे आणि कित्येक ग्रामीण क्षेत्रं यामुळे दुर्बल होत चालली

आहेत. अंतर्गत साम्राज्यवादामुळे ग्रामीण आणि आदिवासी भागांत शहरी सत्तेचं आक्रमण वाढत आहे. औद्योगिक वर्चस्वक्षेत्राच्या वाढत्या सरहद्दी ग्रामीण आणि वन्य क्षेत्रांवर आक्रमण करत आहेत. याला आपण आवर घातला नाही तर गेली पाच हजार वर्षं उत्स्फूर्तपणे उत्क्रांत झालेल्या भारतीय संस्कृती-व्यवस्थांचं गर्भक्षेत्रच उद्ध्वस्त होईल, असा धोका आहे.

उपलब्ध विज्ञानाचा आणि तंत्रज्ञानाचा आपल्या सांस्कृतिक परंपरेशी सुसंगत असा उपयोग करून आपल्या स्वतंत्र प्रज्ञेच्या आधुनिकतेची आपण ओळख पटवू शकलो तरच नव्या विश्वव्यवस्थेत आपल्याला महत्त्व आहे. दक्षिण आशियाई संस्कृतीत काहीएक वेगळेपणा आहे याचा प्रत्यय आज युरो-अमेरिकन देशांतल्या लोकांनाही येतो आहे.

आपल्या सांस्कृतिक व्यक्तिमत्त्वाच्या या वेगळेपणाचं रहस्य नेमकं कशात आहे? भारतीय उपखंड हा आशिया महाखंडापासून वेगळा केलेला आहे तो हिमालयाच्या भिंतीने. मात्र लांबलचक किनारा लाभलेला हा उपखंड पश्चिम आशिया, पूर्व आफ्रिका, आग्नेय आशिया यांच्याद्वारा समुद्री, तसंच खुष्कीच्या मार्गाने प्राचीन काळापासून अन्य संस्कृतींशी दळणवळण आणि व्यापार साधून आहे. भारतातल्या मूळ वंशांमध्ये बाहेरून आलेल्या विविध मानववंशांची सतत भर पडत गेली. ह्या वांशिक संकरामुळे जैविकदृष्ट्या भारतातली वंशसूत्रांची समृद्ध विविधता सबंध जगात अनन्यसाधारण ठरेल अशी आहे. वांशिक संकराइतकाच भारतीय उपखंडातला सांस्कृतिक, भाषिक, धार्मिक परंपरांचा संकर समृद्ध आहे. भारतीय उपखंड हा सांस्कृतिक परंपरांचा कोशच आहे.

पर्यावरणाचे आणि मानवी पिंडाचे संबंध ओळखणारी आयुर्वेदासारखी आरोग्यव्यवस्था भारतीय उपखंडात निर्माण झाली, पण आयुर्वेदाच्या पाठीशी आदिवासी आणि लोकसंस्कृतींनी केलेला वनौषधींचा अभ्यास आणि प्रयोगसिद्ध उपयोग आहे. एकविसाव्या शतकात आयुर्वेदाच्या 'मटेरिया मेडिका'चा औषधोपचार साधनांचा आधुनिक वैज्ञानिक पद्धतीने अभ्यास होईल यात शंकाच नाही. आजच तशी सुरुवात झालेली आहे. अशा इतर अनेक शास्त्रपरंपरा छिन्नभिन्न स्वरूपात भारतीय उपखंडभरच विखुरलेल्या आहेत. मानवाच्या इतिहासाची अनेक साधनं भारतीय उपखंडात जिवंत परंपरांच्या रूपाने आढळतात, जी अन्यत्र नष्ट झालेली आहेत. आपल्या उपखंडातल्या कलाकौशल्यांच्या परंपरा अशाच समृद्ध आणि विविधतापूर्ण आहेत. हा सर्व जगातल्या मानवतेसाठी भारतीय उपखंडाने जोपासलेला आणि जतन केलेला वारसा आहे.

भांडवलकेंद्रित अर्थकारण आणि समाजव्यवस्थेची परिपक्व अवस्था एकविसाव्या शतकात गाठली जाऊ शकेल. सध्याचा चंगळवाद ही त्या पक्वावस्थेची नांदी आहे.

औद्योगिक क्रांतीचा कठोर पूर्वार्ध पाश्चिमात्य जगात तरी संपला आहे आणि रसाळ उत्तरार्ध सुरू झालेला आहे. एकोणिसाव्या शतकात ज्याला आपण कष्ट म्हणत होतो आणि ज्याला आपण कामगार म्हणत होतो त्यांचा अर्थ पाश्चिमात्य समाजात तरी बदललेला आहे. सुखसोयी वाढल्या आहेत. मागल्या पिढीला जी चैन वाटत होती ती आजच्या पिढीची गरज बनली आहे. भौतिक प्रगतीचं ऐतिहासिक मोजमाप हेच मानावं लागतं. उपभोगाचं प्रमाण आणि विविधता वाढणं, हेच भौतिक 'प्रगती'चं 'वस्तुनिष्ठ' प्रमाण मानावं लागणार.

परंतु उपभोगाला दोन मर्यादा असतात. एकतर उपभोक्त्याच्या उपभोगक्षमतेलाच जैविक-शारीरिक मर्यादा असतात. उपभोगाचा अतिरेक उपभोगालाच निःसत्त्व बनवतो. दुसरीकडे, उपभोग्य पदार्थांची उपलब्धता अमर्याद नाही. पृथ्वी 'निरवधि विपुला च' अशी नसून वस्तुतः तिच्या साधनसंपत्तीला मर्यादा आहेत. मानवी पिळवणुकीमुळे पृथ्वी आणि तिचं पर्यावरण यांचंही निःसत्त्वीकरण होऊ लागलं आहे. पृथ्वीच्या समृद्धीचं पुनरुज्जीवन करणं हा मानवापुढील सर्वांत महत्त्वाचा आणि निकडीचा कार्यक्रम आहे.

उपभोगाच्या या मर्यादा ध्यानात घेतल्या तर खुली बाजारपेठ, अविरत उत्पादन आणि त्याचा अनन्वित उपभोग ह्या तत्त्वांवर आधारलेली व्यवस्था जर स्वतःला आवरणार नसेल तर ती पृथ्वीचा आणि मानवतेचा नाश केल्यावाचून राहणार नाही, हे उघड आहे.

पर्यावरणावर आधारलेला, सबंध पृथ्वीचा मानवजातीचं अविभाज्य आणि एकमेव माहेरघर म्हणून विचार करणारा, सबंध मानवजातीला अविभाज्य आणि परस्परावलंबी मानणारा, प्रत्येक सामाजिक समस्येवर पूर्णलक्ष्यी पद्धतीने विचार करणारा नवा समाजवाद एकविसाव्या शतकात आवश्यक असणार आहे. राष्ट्रवादाच्या, धार्मिक किंवा सांस्कृतिक आग्रहाच्या, वर्णवादाच्या किंवा वंशवादाच्या सर्व प्रणालींना हा नवा पर्यावरणवादी आणि मानवतानिष्ठ समाजवाद एकमेव पर्याय असेल.

हा नवा समाजवाद हळूहळू तुकड्यातुकड्यांनी जगाच्या विविध भागांत उदयाला येतो आहे. हे तुकडे आपोआप एकमेकांकडे आकर्षित होऊन जोडले जातील आणि त्यातून सामुदायिकरीत्या एका नव्या सामाजिकतेचा जन्म होईल. कोणा एका एकट्या प्रेषिताचं हे कार्य नसेल तर हजारोंचे अनुभव, विचार आणि प्रतिभा त्यात सहकारी झालेले असतील.

या आशावादी पटकथेऐवजी निराशावादी पटकथासुद्धा मांडता येईल. इराकने कुवेतवर केलं तसलं आक्रमण उद्या रशियन प्रजासत्ताकाने एखाद्या माजी सोव्हिएत राज्यावर केलं तर? भारत आणि पाकिस्तानचं काश्मीरवरून युद्ध पेटलं तर? दक्षिण आफ्रिकेत वंशयुद्ध सुरू झालं तर? चीनमध्ये यादवी युद्ध सुरू झालं तर?

जगात ठिकठिकाणी सुरुंग पेरलेले आहेत. ते हुडकून नाकामयाब केल्याखेरीज जग अशांत, अस्वस्थ, हिंस्त्र, हिंसक राहणार आहे.

काल सुरू झालेल्या प्रक्रियांचा परिणाम आज दिसू लागतो आणि आज घडणाऱ्या घटनांची साखळी-प्रतिक्रिया भविष्यकाळात पोहचणार असते. आज केलेला हस्तक्षेप उद्याची दुर्घटना टाळू शकतो. म्हणून एकविसाव्या शतकात आपल्या आजच्या निर्णयांचा प्रभाव पोहचतो आहे याची आपण जाणीव ठेवली पाहिजे.

आपण लहान असलो तरी क्षुद्र नाही. गरीब असलो तरी आपण सन्माननीय आहोत. काही बाबतींत आपण मागासलेले असलो तरी इतर काही बाबतींत आपण जगाच्या पुढे आहोत. आपण कसेही असलो तरी मानवजातीपासून विभक्त नाही. इतरत्र वसलेल्या माणसांपासून आपण अविभाज्य आहोत. कारण ज्या पृथ्वीवर मानवजात निर्माण झाली, ती पृथ्वी अविभाज्य आणि एकमेव आहे.

विज्ञान आणि तंत्रज्ञानाने आपल्याला जी सर्जनशील दृष्टी दिली आहे, तिच्यानुसार यापुढे माणसांनी परस्परांशी स्पर्धा करण्याची, परस्परांवर आक्रमण करण्याची, स्वत:च्याच प्रजातीचा नाश करण्याची आवश्यकता नाही.

माणूस दोन पातळ्यांवर आत्मनिर्मिती करतो. एक वैयक्तिक असते, तर दुसरी सामाजिक, सामूहिक. सामाजिक किंवा सामूहिक आत्मनिर्मितीचे माणसाचे प्रयत्न क्वचितच आणि फार थोड्या काळासाठी यशस्वी झाले आहेत. याचं कारण स्वत:च्याच प्रजातीचा संशय घेणं; तिच्याशी स्पर्धा करणं; तिच्याशी वैर धरणं, ही माणसाची विकृत वैशिष्ट्यं आहेत. यामुळेच दीर्घकालीन सामाजिक आत्मनिर्मितीत माणसाला अपयश आलेलं आहे. विवाहसंबंध टिकत नाहीत. कुटुंबं फुटतात. समाज पांगतात. पक्ष विखुरतात. संस्था मोडकळीला येतात. राष्ट्रं टिकत नाहीत.

असं असताना पृथ्वी आणि माणूस टिकतीलच असं कोण म्हणू धजेल? स्पर्धेच्या जागी सहकार्य आणि आक्रमणाच्या जागी सहानुभूती असू शकते आणि यातच आपल्याला काही भवितव्य असू शकेल.

अर्थातच एक दिवस संपून दुसरा सुरू होतो; एक महिना संपून दुसरा सुरू होतो; एक वर्ष संपून दुसरं सुरू होतं त्याचप्रमाणे एक शतक संपून दुसरं सुरू होतं. काळाचा ओघ अव्याहत आहे. त्याची मोजदाद करणारे स्वत:ची सोय बघत असतात.

शतकांना स्वत:चे गुण नसतात. इतिहास लिहिणारे सोयीसाठी एकेका शतकातल्या प्रभावी प्रवाहांचा, प्रमुख धारांचा ठळक उल्लेख करतात. मात्र कोणत्याही शतकात मानवी परंपरांची विविध सूत्रं या ना त्या रूपात असतातच. जे बदलतात ते त्यांचे पोत.

दि. ६ ऑक्टोबर १९९१

□□□

एका स्तंभाचा समारोप

‘शतकाचा संधिकाल’ हे ‘रविवार सकाळ’साठी मी लिहिलेलं दुसरं सदर. पहिलं ‘तिरकस आणि चौकस’ आता पुस्तकरूपाने उपलब्ध आहे. ‘शतकाचा संधिकाल’सुद्धा पुस्तक म्हणूनच रचलेलं होतं. मात्र या दोन स्तंभांचा (आणि अखेर पुस्तकांचा) वाचकवर्ग थोडासा निराळा होता. ‘तिरकस आणि चौकस’मध्ये मी लेखक म्हणून स्वत:चे अनुभव आणि विचार मांडले होते. काही विशिष्ट आशयसूत्रांना अनुसरून स्तंभरूपाने ही निबंधमाला सादर केली होती.

‘शतकाचा संधिकाल’चं स्वरूप खूप निराळं आहे. ज्या शतकाच्या तिसऱ्या दशकाच्या अखेरीला मी जन्मलो आणि ज्या शतकाच्या अखेरच्या दशकाच्या सुरुवातीला मी स्तंभ लिहू लागलो, तो जिवंत इतिहास होता. मी स्वत: या काळात जगलो. हे शतक संपलं तेव्हा माझ्या काळातल्या मानव समाजाकडे आणि जगाकडे बघायला या शतकाचं संपायला येणं आणि पुढल्या शतकाची चाहूल लागणं, हे योग्य निमित्त आहे. जाता जाता मागल्या शतकाचाही विचार करता येईल, अशा विचाराने मी सुरुवात केली.

सुरुवातीला ‘शतकाचा संधिकाल’ सदररूपाने ‘रविवार सकाळ’मध्ये देण्यामागे माझी कोणती भूमिका होती, ते स्पष्ट केलं पाहिजे. मी पुण्यात राहतो आणि रोज ‘सकाळ’ वाचतो, या अर्थी ‘सकाळ’चे सर्व नियमित वाचक आणि मी यांच्यात एक साम्य आहे. आमच्यातले फरक काही का असेनात, हाच ‘सकाळ’ थोड्याफार फरकाने कोल्हापूर, मुंबई आणि नाशिक येथेही वाचला जातोय. ही सगळी वाचक मंडळी आणि मी मराठी भाषक आहोत. ज्या अर्थी आम्ही दररोज वर्तमानपत्र वाचतो त्या अर्थी नुसत्या आपल्या गावातल्या, जिल्ह्यातल्या किंवा राज्यातल्याच नव्हेत, तर राष्ट्रातल्या आणि जगातल्या घटनांविषयी आम्हाला कुतूहल आहे. ‘सकाळ’ वाचणाऱ्या वाचकांसाठी माझ्यासारख्या (याचा अर्थ कसाही लावावा!) लेखकाने स्तंभ लिहावा हे माझ्या अनेक मित्रांना (आणि शत्रूंनाही) पटू शकत नाही. मला ‘सकाळ’च्या वाचकांशी बोलावंसं वाटतं, हे त्यांना पटत नाही, असा मी याचा अर्थ घेतो. किंवा ‘सकाळ’च्या वाचकाला समजेल असं काही मी लिहूच शकणार नाही, अशी त्यांची समजूत आहे, असा याचा अर्थ असेल.

‘सकाळ’चा वाचक अशी कोणी सरासरी व्यक्ती प्रत्यक्षात अस्तित्वात नाही. ‘तिरकस आणि चौकस’ हा वाङ्मयीन स्तंभ मी जेव्हा लिहीत होतो तेव्हा त्या स्तंभाबरोबर माझं एक छायाचित्र छापलं जात असे. त्यामुळे पुण्यात माझा चेहरा

परिचित होईल, हे माझ्या अगोदरच ध्यानात आलं असतं तर मी वेळीच माझं तोंड लपवलं असतं. पण तसं न केल्याने माझं नुकसान झालं नाही, तर उलट फायदाच झाला. पुण्यातला एखादा 'सकाळ' वाचणारा रिक्षावाला माझ्याशी पेरेस्त्रोयकानंतरच्या सोव्हिएत युनियनबद्दल चर्चा करू लागला, तर फर्गसन रोडवरच्या एखाद्या पानाच्या गादीवर लोक मला तुकोबांच्या कवितेबाबत हटकू लागले. मराठी विचारवंतांकडून, उच्चभ्रू वाचकांकडून, समीक्षकांकडून जी प्रतिक्रिया पस्तीस वर्षांत मिळाली नव्हती ती 'तिरकस आणि चौकस'च्या निमित्ताने 'सकाळ'च्या विविध ठिकाणच्या वाचकांनी मला दिली.

मी ज्या विषयांवर लिहितो ते विषय तरी जड आहेत किंवा मी जी मराठी लिहितो ती तरी किचकट आहे. कदाचित जड विषय किचकट शैलीत मांडून मी वाचकांचा वैताग दुप्पट करत असेन. काहीही असो ज्या विषयांबाबत मी लिहिलं, ते विषय महत्त्वाचे वाटून हजारो वाचकांनी माझे स्तंभ वाचले आणि शेकडोंनी त्यावर प्रतिक्रिया व्यक्त केल्या. "हे आमच्या डोक्यावरून जाईल" असं न वाचताच ठरवणारा वाचक फक्त करमणुकीला सोकावलेला, पक्का बूर्ज्वा असतो आणि त्याला फक्त मनोरंजन पचतं, हे आता मला ठाऊक झालं आहे.

'शतकाचा संधिकाल' लिहिताना मी विसाव्या शतकाविषयी पक्षपाती आपलेपणा न दाखवता शक्य तितक्या तटस्थपणे त्याच्याकडे पाहायचं ठरवलं. प्रथम मनात असा विचार होता की तत्त्वज्ञान, विज्ञान, तंत्रज्ञान, कला अशा प्रमुख कार्यक्षेत्रांमधल्या क्रांतिकारक फेरबदलांचा मानवी जीवनावर पडलेला प्रभाव पाहावा. पण विसाव्या शतकात दोन महायुद्धं झाली आणि तिसऱ्याची जय्यत तयारी अहमहमिकेने करणाऱ्या दोन परमसत्ता अस्तित्वात आल्या. तसंच जगभर अनेक छोट्या-मोठ्या लढाया, यादवी युद्धं, इतर कारणांसाठी झालेला खूनखराबा अतोनात वाढला. हे शतक मला रक्तरंजित आणि नैतिक अध:पाताचं दिसू लागलं. एकीकडे वाढता चंगळवाद, तर दुसरीकडे वाढती हिंसा आणि मानसिक आजार. एकीकडे जैविक विज्ञानांमधली आणि वैद्यकशास्त्रातली डोळे दिपवणारी प्रगती, तर दुसरीकडे आण्विक, जैविक आणि रासायनिक संहारक शस्त्रास्त्रांची प्रचंड प्रमाणावर निर्मिती आणि वापर. विसाव्या शतकाचं हे दुभंगलेलं व्यक्तित्व मानवजातीच्याच मूलभूत विकृतीचं तर लक्षण नव्हे?

एकदा आपल्या स्वत:च्याच बौद्धिक संतुलनाबद्दल आपल्याला संशय आला तर त्याचं निराकरण कोण करणार? माणूस हा स्वत:चाच रुग्ण आणि शिष्य आहे. तो स्वत:चाच भक्त आणि परमेश्वर आहे. थोडक्यात, माणूस हा आत्मनिर्मिती करू शकणारा आगळावेगळा पशू कोट्यवधी वर्षांच्या जीवोत्क्रांतीनंतर निर्माण झाला आहे. आता तो स्वत:भोवतीच्या जीवसृष्टीला आणि स्वत:लाही चुटकीसरशी

बरखास्त करू शकतो. मात्र एवढी प्रचंड संहारक शक्ती प्राप्त केलेल्या मानवाला याच्या कोट्यांशानेसुद्धा सर्जनशक्ती कमावता आलेली नाही. माणसाच्या एकूण इतिहासात कधीच एवढ्या मोठ्या प्रमाणात व्यक्त झाली नव्हती इतकी संहारक्षमता आणि विध्वंसक वृत्ती विसाव्या शतकात त्याने प्रकट केलेली आहे. याचा अर्थ मानवाची उत्क्रांती हा निसर्गाचा चुकलेला प्रयोग असा मानायचा का? मानवाद्वाराच मानवाची पाटी पुसली जाऊन पृथ्वीला वंध्यत्व येण्याची शक्यता इतिहासात कधी नव्हे इतकी आज वाढलेली आहे. यातून मार्ग काढण्याइतकं ज्ञान-विज्ञान-तंत्रज्ञान माणसापाशी असूनही त्याची याबाबत तयारी दिसत नाही. माणसाचं राजकारण, अर्थकारण आणि समाजकारण आजही विवेकावर आधारलेलं नाही. त्याची जीवनसृष्टी अजूनही प्रगल्भ नाही. तो अपरिपक्व आहे.

विसाव्या शतकाची उजळ बाजू मला दिसूच शकत नाही असं नाही. पदार्थ आणि जीवविज्ञान या दोन महत्त्वाच्या विज्ञानक्षेत्रांमध्ये सूक्ष्मातिसूक्ष्म पातळीवर प्रयोग आणि निरीक्षणं होत आहेत. तंत्रज्ञानाच्या क्षेत्रात अविरत क्रांती चालू आहे. पण या सर्वांचा मनुष्यमात्राला नेमका कोणता फायदा मिळतो आहे?

मनुष्यजातीची गरिबी मानवाच्या वैज्ञानिक प्रगतीनंतरही संपलेली नाही. आश्चर्यकारक शोध लागूनही माणसं उपाशी मरत आहेत. दळणवळणाची साधनं आणि संपर्कमाध्यमांची जगड्व्याळ जाळी उपलब्ध असूनही निरक्षरता, अशिक्षितपणा, अज्ञान दूर झालेलं नाही.

ही विषमता राजकीय आणि सामाजिक व्यवस्थेतून निर्माण झालेली आहे, हे उघड आहे. खुल्या बाजारपेठेच्या भांडवलकेंद्रित व्यवस्थेनुसार माणसांच्याही किमती देशपरिस्थितीनुसार बदलत जाणारच. भोपाळच्या गॅस दुर्घटनेत दगावलेल्या माणसांची किंमत ते भोपाळमधले होते आणि भोपाळमध्येच दगावले म्हणून ते अमेरिकेतले असते आणि अमेरिकेमध्येच दगावले असते तर झाली असती त्याहून फार कमी झाली. अर्थात अमेरिकनांच्या दृष्टीने भारतीयांची किंमत कमीच आहे, याला भारतीय तरी काय आक्षेप घेणार? कारण खुद्द मध्यप्रदेशात भोपाळमध्ये राहणाऱ्या माणसांचं मूल्य बस्तर, झाबुवा किंवा छत्तीसगडमध्ये राहणाऱ्या माणसांपेक्षा अनेकपटींनी जास्त आहे. दिल्लीचे, मुंबईचे किंवा बंगलोरचे नागरिक भारत सरकारला सुलतानपूरच्या, धुळ्याच्या किंवा गुलबर्ग्याच्या नागरिकांपेक्षा महत्त्वाचे वाटतच असतात. ही विषमता समाजकल्याणाच्या पांघरुणाखालीही फार काळ झाकली जात नाही. खुद्द युरोप-अमेरिकेत आणि जपानमध्ये सापेक्ष दारिद्र्य व्यापक प्रमाणात नसलं तरी जेथे आहे तेथे ते तीव्र आहे.

मूलभूत मानवी गरजा भागणं म्हणजे कल्याण नव्हे हे जरी खरं असलं तरी कल्याणासाठी प्रथम मूलभूत गरजा भागणं आवश्यक आहे. इथिओपियातल्या

दुष्काळात लाखो भूकबळी पडतात तेव्हा जगभरच्या टेलिव्हिजनच्या पडद्यांना माणुसकीचा पान्हा फुटतो. पण हा पान्हा इलेक्ट्रॉनिक असतो, खरा नसतो. कारण टेलिव्हिजनचे पडदे इराकवरली बॉंबफेक जणू काही लक्ष्मीपूजनाचं दारूकाम आहे, अशा थाटात दाखवतात आणि मरणारे इराकी मुस्लीम आहेत, या खास दृष्टीने सी.एन.एन.चं वृत्त बघणारे पुण्यातले हिंदू त्यामुळे रोमांचित होतात. विसाव्या शतकाच्या उत्तुंग नैतिकतेची अशी अनेक उदाहरणं सांगता येतील. बातम्यांनाही हिंस्र करमणूक मानणारा बधिर प्रेक्षक आता जगभर तयार होऊ लागला आहे. उद्या हिंस्र बातम्या हव्या, अशी प्रेक्षकांनी मागणी करताच कोणत्याही मागास देशाचा निव्वळ करमणुकीखातर 'इराक' केला जाईल. रोमन साम्राज्यात भुकेल्या सिंहासमोर दुबळ्या ख्रिश्चनांना सोडून सिंह त्यांची कशी शिकार करतो ते बघणं हा सार्वजनिक करमणुकीचा प्रकार नव्हता का? विसाव्या शतकातल्या बहुसंख्य अमेरिकन जनतेने आखाती युद्धाचं असंच रसग्रहण केलं.

नव्या खुल्या विश्वव्यवस्थेत प्रथम आपल्या देशातल्यासारखे कोट्यवधी लोक भरडले जाणार आहेत. भारतातल्या श्रीमंतांचा काळा पैसा तर दररोज 'हवाला' पद्धतीने भारताबाहेर जाऊन जमा होतो आहे आणि त्याचे डॉलर बनत आहेत ते खुल्या बाजारपेठेतल्या 'स्वायत्त' संतुलनानुसार. याच प्रकारे सबंध तिसऱ्या जगातला अवैध पैसा युरो-अमेरिकेतल्या गुप्त आणि सुरक्षित बँक खात्यात जमा होतो आहे. हा रूपांतरित काळा पैसा दफ्तरी न नोंदलेल्या उत्पादनांच्या विक्रीतून आलेला असेल किंवा समलिंगींच्या 'खुल्या' छुप्या व्यापारातून अथवा अफू, चरस, गांज्याच्या निर्यातीतून. तो आपल्याच देशात ठेवण्याइतके तो कमावणारे खुळे नाहीत. अखेर सर्व श्रीमंतांची प्रत्यक्ष नव्हे तरी बँकेतल्या खात्याच्या रूपाने युरो-अमेरिकेतच गर्दी होणार आहे.

अर्थात भांडवलकेंद्रित समाजव्यवस्थेच्या विकासाच्या सर्वच शक्यता संपून गेलेल्या नाहीत. जास्त जलद औद्योगिकीकरणाचं नवं पर्व लवकरच सुरू होईल. विघटित सोव्हिएत संघराज्याच्या तुकड्यांचा विकास करावा लागणार आहे ना! पर्यावरणवादी कितीही बोंब मारोत, ब्राझील-मेक्सिको-भारत यांच्यासारखे प्रचंड गर्दीचे आणि मोठ्या आकाराचे देश प्रदूषणाचं जहर पचवत उत्पादनाची वाढ करू लागतील. युरो-अमेरिकेतलं वातावरण स्वच्छ ठेवण्यासाठी असं वैश्विक धोरण पाळणं भागच आहे. ह्या विश्वकारणात जागरूकपणेच आपण उतरलं पाहिजे. यात मानवतेच्या बचावाचा प्रश्न गुंतलेला आहे.

दि. १३ ऑक्टोबर १९९१

□□□

* 9 7 8 8 1 7 1 8 5 6 5 1 0 *

FCW - #0166 - 061026 - C0 - 216/140/8 - PB - 9788171856510 - Matt Lamination